பறவையின் வாசனை

# பறவையின் வாசனை

**கமலா தாஸ்** (1934 – 2009)

மலையாளத்தில் புனைகதை எழுத்தாளர் மாதவிக்குட்டி யாகவும் ஆங்கிலத்தில் கவிஞர் கமலா தாஸாகவும் அறியப் பட்டவர். மலையாள மொழியின் முக்கிய பெண்கவிஞரான பாலாமணியம்மா, *மாத்ருபூமி* நாளிதழின் இயக்குநர் வி.எம். நாயர் ஆகியோரின் மகள். எழுத்தாளர், கவிஞர், பத்தியாளர் என்ற வகையில் உலகப் புகழ்பெற்றவர். நாவல், சிறுகதை, சுயசரிதை, பத்தி ஆகியவற்றின் நூல்வடிவங்களாக இருபதுக்கும் மேற்பட்ட புத்தகங்கள் வெளியாகியுள்ளன.

கமலா தாஸின் சிறுகதைகளை ஆதாரமாகக்கொண்டு சில திரைப்படங்களும் எடுக்கப்பட்டுள்ளன. ஆசிய கவிதைப் பரிசு, கென்ட் விருது, ஆசான் கவிதை விருது, கேரள சாகித்திய அக்காதெமி, மத்திய சாகித்திய அக்காதெமி விருதுகள், வயலார் விருது, எழுத்தச்சன் விருது ஆகிய வற்றைப் பெற்றவர். புகழ்பெற்ற இந்து நிலவுடைமைக் குடும்பமான நாலப்பாட்டு தறவாட்டில் பிறந்த கமலா காலமாவதற்குச் சில ஆண்டுகளுக்கு முன்பு இஸ்லாம் மதத்தை ஏற்றுக்கொண்டார். இறுதி நாட்களில் புனேயில் வசித்தார்.

முக்கிய நூல்கள்: ‘என்டெ கத’ (என் கதை); ‘நீர்மாதளம் பூத்த காலம்’; ‘ஒற்றயடிப்பாத’ (ஒற்றையடிப் பாதை); ‘மாதவிக்குட்டியுடெ கதகள்’ (மாதவிக்குட்டியின் கதைகள்); ‘கமலா தாஸின்டெ திரஞ்ஞெடுத்த கவிதகள்’ (கமலா தாஸின் தேர்ந்தெடுத்த கவிதைகள்); *‘Summer in Calcutta’; ‘Old playhouse and other poems’; ‘Only the soul knows how to sing.’*

**நிர்மால்யா** (பி. 1963)
மொழிபெயர்ப்பாளர்

சிற்றிதழ்கள் வாயிலாக மொழியாக்கப் பணியைத் தொடங்கியவர். மலையாளத்திலிருந்து பதினைந்துக்கும் மேற்பட்ட நூல்களை தமிழில் மொழிபெயர்த்துள்ளார். 2010இல் மொழிபெயர்ப்புக்கான சாகித்திய அக்காதெமி விருதைப் பெற்றவர். மலையாளத்தைத் தாய்மொழியாகக் கொண்டவர். ஊட்டியில் வசிக்கிறார்.

மின்னஞ்சல்: *nirmalyamani@gmail.com*

கமலா தாஸ்

# பறவையின் வாசனை

தமிழில்
நிர்மால்யா

காலச்சுவடு பதிப்பகம்

Published by arrangement with DC Books, Kottayam.

பறவையின் வாசனை ❖ சிறுகதைகள் ❖ ஆசிரியர்: கமலா தாஸ் ❖ தமிழில்: நிர்மால்யா ❖ முதல் பதிப்பு: ஜூலை 2017 ❖ வெளியீடு: காலச்சுவடு பப்ளிகேஷன்ஸ் (பி) லிட்., 669, கே.பி. சாலை, நாகர்கோவில் 629001

காலச்சுவடு பதிப்பக வெளியீடு: 777

**paRavaiyin vaacanai** ❖ ShortStories ❖ Author: Kamala Das ❖ Translated by Nirmalya ❖ Language: Tamil ❖ First Edition: July 2017 ❖ Size: Demy 1 x 8 ❖ Paper: 18.6 kg maplitho ❖ Pages: 136

Published by Kalachuvadu Publications Pvt. Ltd., 669 K.P. Road, Nagercoil 629001, India ❖ Phone: 91-4652-278525 ❖ e-mail: publications @kalachuvadu.com ❖ Wrapper printed at Print Specialities, Chennai 600014 ❖ Printed at Mani Offset, Chennai 600077

ISBN: 978-93-5244-102-0

07/2017/S.No. 777, kcp 1787, 18.6 (1) OLLL

# பொருளடக்கம்

*மொழிபெயர்ப்பாளர் குறிப்பு* 9

மலைச்சரிவுகளில் 11

மாஹிம் வீடு 19

வௌவால்கள் பறக்கும்போது 28

பொய்கள் 41

நீர் மாதுளையின் பூக்கள் 47

துரோகம் 57

கல்யாணி 66

கோடை விடுமுறை 72

பறவையின் வாசனை 87

நெய்ப்பாயசம் 94

சிவப்புப் பாவாடை 99

குளிர் 107

மாலுமி சீருடையணிந்த சிறுவன் 112

சுயம்வரம் 119

டார்ஜிலிங் 123

வெளியேற்றம் 128

# மொழிபெயர்ப்பாளர் குறிப்பு

'எங்களுக்கு எதைக் கற்றுத்தரப்போகிறீர்கள் என்று நீங்கள் கேட்கக்கூடும். ஒருவேளை, சிரிக்கக் கூடும். நான் தவறான பாதையில் பயணித்து எது சரி எது தவறு என்று உங்களுக்குக் கற்றுத் தருகிறேன். வாழ்க்கைக்கு எந்த ஒழுங்குமுறையும் இல்லை. சில சமயம் நீங்கள் அதில் எந்தப் பொருளையும் காணப் போவதில்லை' என்று சொல்லும் கமலா தாஸ் அனுபவத்தின் ஊற்றுக்கண்களைத் தேடிச்சென்ற எழுத்தாளர். திரைகளை அகற்றியபோது தான் கண்ட வாழ்க்கையின் உள்ளொளியைப் பதிவுசெய்வதில் அவர் காட்டிய ஆன்மீகம் சார்ந்த நேர்மையால் மலையாள இலக்கியத்தைக் கடந்து அவரது குரல் இந்திய இலக்கியத்திலும் கவனத்தைப் பெற்றது.

பெண்மையின் அகப்படாத ரகசிய வியப்புகளை வெளிப்படுத்தும் பலவித முகங்கள் அவரது கதைகளில் துளித்துளியாக நிறைந்துள்ளன. அதிலொன்று பணிவு, அடுத்தது கருணை, வேறொன்று துயரம், மற்றது விலைமகளுக்கானது. இசை, காதல், அன்பு ஆகியவற்றை ஸ்பரிசிக்கப்படாத ஒருவகை அனுபவமாக வழங்கும் இக்கதைகள் வாசக மனதைக் களங்கமின்மையால் நிர்வாணப்படுத்து கின்றன. நவீன காலகட்டத்தில் ஆண்பெண் உறவில் வந்து கலந்த முரண்களின் விவரிப்புகளே இவரின் கதைகள்.

கலை, தத்துவவுலகில் சுற்றிப் பிணைக்கப்பட்ட மரபுகளுக்கு அறைகூவல் விடுத்தன கமலா தாஸின் கதைகள். 1953முதல் 1984வரை அவர் எழுதிய நூற்றி

நாற்பது கதைகளிலிருந்து படைப்பெழுச்சியின் உச்சத்தைத் தொட்ட, அவரது படைப்புகளின் ஒட்டுமொத்த சித்திரத்தை முன்வைக்கும் பதினாறு சிறுகதைகளின் தேர்ந்தெடுத்த தொகுப்பு இது.

இத்தொகுப்பில் இடம்பெற்றுள்ள கதைகள் பத்திரிகைகளில் வெளிவந்த காலவரிசைப்படி தொகுக்கப்பட்டுள்ளன. ‘வெளியேற்றம்’ என்கிற கதை மட்டும் 1989இல் எழுதப்பட்டது. *வனிதா* என்கிற மகளிர் இதழில் அக்கதை வெளியானது. எழுத்துக்குச் சற்று ஓய்வு கொடுத்து கேன்வாஸ்களில் நிர்வாண ஓவியங்களைத் தீட்டிக்கொண்டிருந்த அவரது கலைப் பயணத்தின் அடுத்த நகர்வின் காலகட்டம். பெரும்பாலான கதைகள் தமிழ்வாசகர்களுக்குப் புதியவை. கமலா தாஸின் எல்லாக் கதைகளிலும் ஒரு பெண்ணின் வாழ்க்கையே களமாக அமைந்திருக்கிறது. பிறரை நேசிக்கவும் பிறரால் நேசிக்கப்படவும் விழையும் பெண்; வாழ்க்கையின் பன்முக அனுபவங்களைக் கலையின் ஊடாக மறுஉருவாக்கம் செய்யப்பட்டவை இக் கதைகள். காலக்கணக்குகளை மறந்து தன்வரலாற்றுக்கு இணை யான ஓர் அடுக்கு இந்தக் கதைகளில் வெளிப்படும்போது எழுத்தாளரின் உளம்சார்ந்த வாழ்க்கையின் கண்ணாடிப் பிரதிபலிப்பை அதில் தரிசிக்கிறோம்.

ஊட்டி
*04 ஜூலை 2017*

**நிர்மால்யா**

# மலைச்சரிவுகளில்

அவள் பெட்டியில் சாமான்களை அடுக்கி வைக்கும்போது அவன் வந்தான். மின்சார ஒளி சூழ்ந்த அந்த அறைக்கு இந்நேரத்தில் அவன் வருவானென அவள் சற்றும் எதிர்பார்க்கவில்லை. இருந்தும்கூட சந்தடியின்றி வந்துவிட்டான்.

"எதுக்காகப் பெட்டியைத் தயார் பண்ணுறே?" அவள் அச்சத்துடன் தலைநிமிர்ந்து பார்த்தாள். வெளிர்ந்த அம்முகத்தில் கண்கள் பளபளத்துக் கொண்டிருந்தன. கண்ணாடி போன்றிருக்கும் உடலையும், சதா வியர்வை அரும்பிக்கொண் டிருக்கும் நெற்றியையும், இடுப்பில் இறுக்கிக் கட்டிய முரட்டு ஆடையையும் எதையுமே பார்க்கக் கூடாதென்று முகத்தைத் திருப்பிக் கொண்டாள். குளோரோஃபோமின் குளிர் நெடி அந்த அறையில் வீசியது.

"என்னை விட்டுட்டுப் போகப்போறியா?"

அப்போதும் அவள் எதுவுமே பேசவில்லை. பயம் அவளது நெஞ்சில் ஒரு பறவையைப் போல படபடத்தது. குளோரோஃபோமின் நெடியை மீண்டும் உணர்ந்தாள்.

"நீ போயிட்டா நான் என்ன பண்ணுவேன்?"

தலையை உயர்த்தினாள். அவனது வெளிறிய நெற்றியில் நீர்த்துளிகள் அரும்பிருந்தன. ஒருசிறு பரிவு அவளுக்குள் துளிர்த்தது. இருப்பினும் அவள் எதுவும் பேசவில்லை. சுவர் மீது மாட்டப்பட்டிருந்த பெண்டுலம் ஆடவில்லை. அதுவும் இறந்துவிட்டதா?

அவள் யோசித்துப் பார்த்தாள். இவையெல்லாம் அவளைப் போலவே இறந்துவிட்டனவா? வெள்ளைச் சுவர்களாலான இந்த மருத்துவமனை, அடிக்கடி இந்த அறைக்கு விரைந்து வரும் நர்ஸ்கள். இந்தப் பெரிய கடிகாரம் எல்லாமே செத்துவிட்டனவா? என்னதான் நடந்தது?

கதவை யாரோ தள்ளித் திறந்தார்கள்.

"புறப்பட்டாச்சா?"

அவளுடைய கணவன் சிரித்துக்கொண்டே உள்ளே நுழைந்தான். தனது உறுதிவாய்ந்த கையை அவளது தோள்மீது வைத்தான். அறையின் மூலையைப் பார்த்தாள். அங்கு யாருமில்லை. ஆறுதலுடன் அவனைக் கட்டியணைத்தாள்.

"எதுக்காக அழறே? இங்கிருந்து புறப்பட்டா எல்லாம் சுகமாயிடும். இத்தனை நாள் உன்னை இங்கே வெச்சிருக்கத் தேவையில்லை. ஆப்பரேஷன் முடிஞ்ச மறுநாளே போயிருக்கலாம்." கணவன் அவளைச் சமாதானப்படுத்தும்போது பேசும் மிருதுவான குரலில் பேசிக்கொண்டிருந்தான்.

அவள் முணுமுணுத்தாள். "எனக்குப் பயமா இருக்குது."

"எதுக்காகப் பயப்படணும்? நீ ஒவ்வொன்னா கற்பனை பண்ணி பயந்துட்டு இருக்கே. நான் சொல்றதை நம்பு. அப்படி ஒருத்தன் கெடையாது. குழந்தைங்க தான் ஆவிகளை நம்புவாங்க. அசதியாலே உனக்கு ஒவ்வொன்னா தோணுது!"

"ஆனா,"

"என்ன ஆனா? இதெல்லாம் வீட்டுக்குப் போனா சரியாயிடும். திரும்ப பழைய மாதிரி ஆயிடுவே. உன்னைப் பார்த்ததும் பேபிக்கு ஏற்படற சந்தோஷத்தை நெனச்சுப் பாரு."

எப்போதும் சிரித்துக்கொண்டிருக்கும் பேபி. ஜன்னலில் பச்சைத் திரைச்சீலை தொங்கும் படுக்கையறை. காசித் தும்பைச் செடிகள் வரிசையாய் வளர்ந்திருக்கும் தோட்டம். கணவருடன் சாப்பிட அமரும்போது வாலாட்டி வரும் நாய்க்குட்டி இவற்றையெல்லாம்... மீண்டும் காணப் போகிறாள். மறுபடியும் மகிழ்வெய்தப் போகிறாள். குளிரில் உறைந்த மலைச் சரிவுகளில் அலைந்து திரியும் ஆவிகளையும் துயரத்தையும் விட்டுவிட்டு மறுபடியும் பழைய மாதிரி மாறப் போகிறாள்.

"தைரியமா இரு. இரண்டு மணி நேரத்துல நாம வீடு போய்ச் சேர்ந்திடலாம். நான் இப்போதே..."

அவனது குரல் தேய்ந்து தேய்ந்து இல்லாமல் ஆயிற்று. காரணம் அவளது செவிகளில் வந்து பாய்வது வேறொரு சத்தம். அதிகரித்து வரும் ஓர் இரைச்சல். ஒரு இயந்திரமோ அல்லது கடலோ இரைச்சலிடுவதைப் போன்றிருந்தது அது. அதிகரித்து அவளது செவிகளைக் கிழித்து மீண்டும் மேலே எழுந்தது.

"அய்யோ"

சத்தம் ஒடுங்கிற்று. அவள் குளிர்ந்த மணல் நிரம்பிய கடற்கரையில் மல்லாந்து கிடக்கிறாள். எல்லா எலும்புகளையும் நொறுக்கி நசுக்குவதைப்போல மிதமிஞ்சிய அசதி. கடல் நீர் மேல்நோக்கி மெல்ல உயர ஆரம்பித்தது. அவளது கூந்தல் முழுவதுமாய் நனைந்துகொண்டிருந்தது. இருப்பினும் ஒரு சுகம். வானம் நெடுந்தொலைவில், உலகமே அவளுடையது. இதுதான் ஓய்வு.

நீல மலைகளின் சரிவுகளினின்று நடந்து வருகிறது வெளிறிய ஓர் உருவம். குளிர்ந்த விரல்களின் ஸ்பரிசம் பட்டதும் கேட்டாள். "நீங்க எதுக்காக என்னை இங்கே கொண்டுவந்தீங்க?"

அவர்களைச் சுற்றி நிறங்கள் மாறிய வண்ணமிருந்தன. அருகாமையில் நிற்கும் மலை முகடுகளின் நடுவில் சிக்கிய மேகங்கள் எழ முயல்கின்றன. அருவிகள் பனிமூட்டம் படர்ந்த பள்ளத்தாக்குகளுக்குப் பாய்ந்து கொண்டிருந்தன.

"உனக்கு எதை விட்டுட்டு வர்றதுல இத்தனை தயக்கம்?"

அர்த்தமில்லாத வேடிக்கைகளைப் பேசிச் சிரிக்கக்கூடிய சில மாலைப் பொழுதுகள், உறக்கத்தில் கால்களால் உதைக்கும் ஒரு சின்னஞ்சிறு குழந்தை, இரவுகளில் தன் மீது இளைப்பாறும் ஒரு கனமான கை, மகிழ்ச்சி... என்ன சொல்வதென அவளுக்குத் தெரியவில்லை.

"இங்கே எல்லாமே குளிருது, எல்லாம்" அவளது கண்கள் ததும்பி வழிந்தன.

அவள் திரும்பவும் சொன்னாள். "எனக்குத் துயரத்தைப் பார்க்கும்போது பயமாகுது."

"துயரத்தைத் தரும் தகுதி மட்டுந்தான் எனக்கு இருக்குது. செத்துப் போன ஓர் உணர்ச்சிதான் துயரம். சந்தோஷம் சாகும் போதுதானே துயரம் வருது? நான் உனக்கு..."

"நிறுத்து" அவள் விழிகளை மூடப் பிரயாசைப்பட்டாள். இவையெல்லாம் ஒரு வேளை கனவா? நான் அம்மாவின்

அருகில் கட்டில் மீது தலையணையைக் கட்டிப் பிடித்துப் படுக்க வேண்டும். தூங்கி எழுந்ததும் முட்ட வரும் காட்டெருமைகள் இருக்காது. அட்டகாசமாய்ச் சிரிக்கும் பைத்தியக்காரன் இருக்க மாட்டான். இதுவொரு கனவாகிவிட வேண்டும்.

"கனவுகள் தான் என்றுமே நிலைத்திருக்கின்றன. மற்றவை அழிந்து போனாலும் கனவுகள் நம்முடன் நிற்கின்றன. நீ குழந்தைப் பருவம் முதல் கண்ட கனவுகள் மரணத்தின் ஒவ்வொரு துண்டுகளாகும்..."

"பேசாதே!"

வெள்ளி நிற மேகங்கள் பஞ்சுப் பொதிகள் போல மேலே பறந்துகொண்டிருக்கின்றன. அவற்றின் வெளிச்சம்பட்டு அவன் முகம் மேலும் வெளிறியது.

கண்களை இறுக மூடினாள். கண் மூடினால் வெளிச்சம் முழுவதும் வெளியேதானே! கண்ணுக்குள் கரிய ஆகாயம். வெள்ளிச் சிறகுகளாலான பறவைகள் சற்றைக்கொருதரம் அந்த ஆகாயத்தின் வழியே பறந்து செல்கின்றன. ஒருவேளை அது ஆகாயமில்லை. கடலாக இருக்கும் அப்படியானால் பறக்கும் அந்த வெள்ளித் துண்டுகள் படகுகளாக இருக்கலாம்.

"தயவு செஞ்சு இதைக் குடியுங்க. தயவுசெஞ்சு இதைக் குடியுங்க, தயவுசெஞ்சு..." கண் விழித்ததும் ஒரு கையில் மருந்துப் பொடியையும், மறுகையில் தண்ணீரையும் ஏந்திநிற்கும் நர்ஸைக் கண்டாள். தலை மாட்டில் அமர்ந்திருந்த கணவன் சொன்னான்.

"உனக்கு தலைச்சுற்றல் வந்துச்சு, பரவாயில்லை," மெதுவாகத் தலையைத் தொட்டுப் பார்த்தாள்.

"வலி!"

"பரவாயில்லை. நாம் சீக்கிரமா வீட்டுக்குப் போகலாம்!"

"நான்..."

நன்றியுடன் அவனது விரல்களைப் பற்றினாள். "இனி இந்த மாத்திரையைச் சாப்பிடமாட்டேன். சும்மா தூங்கறதால என்ன பிரயோஜனம்?"

"ஆனா."

"எனக்கு பைத்தியம் எதுவும் இல்லே டாக்டர்."

"பைத்தியம்னு யார் சொன்னது?"

"அசதியாலே தான் இதெல்லாம்... வீட்டுக்குப் போனால்..."

“உறக்கம் வர்றமாதிரி தோணுது.”

“நான் நெனக்கிறேன். எதையோ பார்த்துப் பயந்திருக்காங்க.”

“இங்கே...”

“முட்டாள்தனமா பேசாதீங்க, நர்ஸ்..!” உரையாடல் தேய்ந்து தேய்ந்து இல்லாமல் போனது. உறக்கம் கலைந்து எழுந்ததும் சொன்னாள்.

“நான் கனவு காணலை!”

கணவன் சிரித்தான்.

“வா, நாம போகலாம்.”

படியிறங்கி வரும்போது நர்ஸ் இவளது காதில் கிசுகிசுத்தாள். “ஒரு தகடு எழுதிக் கட்டினா சரியாயிடும். உங்க ஊர்க்காரங்க நல்ல மந்திரவாதிங்க தானே?”

காரிலேறிச் சாய்ந்து படுத்தபடி சொன்னாள். “எனக்குக் கனவுகள் பிடிக்கிறதில்லை.”

அவன் எதுவும் பேசவில்லை. காரோட்டும் போது பேசும் வழக்கம் அவனுக்கில்லை. எனவே மறுபடியும் கேட்டாள். “பேபி தூங்கும்போது எதுக்குச் சிரிக்கிறா?”

அவன் சிரித்தான். வரிபிறழாத அந்தப் பெரிய பற்கள் எதிரே இருந்த சின்னக் கண்ணாடியில் பளிச்சிட்டன.

“நமக்கு இன்னும் குழந்தைங்க வேணும்!”

“சரி.”

“நாலு ஆண் குழந்தையும் ஒரு பெண் குழந்தையும்.”

“ரரி.”

குழந்தைகள் நிறைந்த வீட்டிலிருந்து, இத்தனை உன்னதமான அன்பிலிருந்து, சிரிப்புகளும் சிலிர்ப்பூட்டும் முத்தங்களும் நிறைந்த வாழ்க்கையிலிருந்து யாரால் என்னை எடுத்துப் போக முடியும்? அவள் மகிழ்ச்சியில் சிரித்தாள்.

“ஆவிகளைத் தொந்தரவு செய்ய நம்மாலே முடியுமா?”

“அடிச்சுத் துரத்த முடியுமா?”

“ச்சே, சொன்னேனே, அப்படி ஒண்ணும் இல்லைன்னு.”

“சும்மா கேட்டேன் எனக்குத் தெரியும் இல்லைன்னு.”

"அசதியா இருந்தா நீ கண்மூடித் தூங்கு. வீடு வந்ததும் எழுப்பறேன்."

அவள் கண்ணயர்ந்தாள். ஆனாலும் தெருக்களின் வெளிச்சங்கள் விழிகளுக்குள் ஊடுருவிக்கொண்டிருந்தன. உறக்கம் ஒரு பனி மூட்டம் போல அடிக்கடி சூழ்ந்தது. சில ஆண்டுகளுக்கு முன்பு ஒருநாள் நடந்த நிகழ்ச்சி நினைவுக்கு வந்தது. அது அழகும் முக்கியத்துவமும் இல்லாத ஒரு சாதாரண நாள் – ஆனால் அந்நாளின் நினைவுகளைப் பூவைப்போல நுகர்ந்து பார்த்து மகிழ்ந்தாள். வெயில் படர்ந்த ஒரு மத்தியானம். புத்த மதத்தினரின் ஒரு கோயிலை நோக்கி விரைந்துகொண்டிருந்தது கார். காரின் முன்சீட்டில் டிரைவரின் இடதுபக்கத்தில் அமர்ந்திருந்தாள். பின் சீட்டில் அம்மாவும், அப்பாவும். வெக்கையால் கொதித்துக் கொண்டிருந்தன வீதிகள். கண்ணாடிகளில் வெள்ளிக் கோடுகளைத் தீட்டும் வெயில், விரைந்தோடும் கார், கண்களில் அழுத்தமாக வந்து விழும் உறக்கம்... மகிழ்ச்சி என்பது இதுதானா, பெட்டிகளும் சாமான் களுமாய் பெயர் சொல்லாமல் எந்த அறிவிப்புமின்றி சந்தடியின்றி வந்துசேரும் ஒரு விருந்தாளி? வாசற்படியைத் தாண்டி வீதியில் போகும் உருவத்தைப் பார்த்து சொன்னாள். அதுதான் மகிழ்ச்சி!

"என்ன சொன்னே? எனக்குக் கேக்கலை" கணவன் கேட்டான்.

"எதையோ நினைச்சிட்டு இருந்தேன்."

"எதைப் பத்தி?"

"நான் முன்பு பார்த்த ஒரு கோயிலைப் பத்தி."

அவன் சிரித்தான்.

'அந்த இடத்துக்கு நீ உடுத்திப் போன சேலையைப் பத்தி இல்லே?' அவளது யோசனைகளைக்கூட வெகு எளிதில் தன்னால் புரிந்துகொள்ள முடியுமென அவன் கூறுவது அவளுக்கு ஞாபகம் வந்தது. கண்ணாடியில் தெரியும் சிரிப்பைப் பார்த்துக் கேட்டாள். "ஆமா, உங்களுக்கு எப்படிப் புரிஞ்சுது?"

அவன் சிரித்தான். கார் ஒரு திருப்பத்தில் வளைந்து பிரதான வீதியை அடைந்தது. தனது நினைவுகளைச் சொன்னால் அவருக்குப் புரியுமா? யோசித்துப் பார்த்தாள். பெட்டியின் உள்ளே கிடக்கும் ஒரு சந்தன உருளையைப் போன்ற, தனது நினைவுகளை அவருக்கு எடுத்துக்காட்டி என்ன லாபம்? அந்த இளம் செந்நிறக் கோயில். சுற்றிலும் அமைக்கப்பட்ட நடை கற்கள் மீது சிதறிக் கிடக்கும் பல அளவுகளாலான மிதியடிகள்.

நதியோரமாக செருப்பணியாத பாதங்களுமாய் நடந்து செல்லும் துறவிகள். புல்தரையில் அமர்ந்து பேசிக்கொண்டிருக்கும் அம்மா, சிரிக்கும் அப்பா, இவற்றையெல்லாம் ஒன்றிணைத்து, அந்தநாளை அவர் கண் முன்னால் காட்சிக்கு வைக்க என்னால் முடியாது. ஏனெனில் அவர் சகஜமாக, பொறுமையிழந்து கேட்பார், 'அப்புறம் என்ன ஆச்சு?'

அப்புறம் என்ன ஆயிற்று. எதுவுமே ஆகவில்லை. ஓவியங்கள் சேர்ந்துகொண்டே வந்தன. இறந்த நாட்கள் ஒவ்வொன்றும் நினைவுகளாக எஞ்சின. வர்ணங்கள், ஓசைகள், மணங்கள், எல்லாமே மறைந்து போய்விட்டன. ஆனாலும் அவ்வப்போது அவற்றை நினைத்துப் பார்க்கிறேன். மரணம் முடிவற்றது.

'மரணத்திற்கு ஆரம்பமும் முடிவுமில்லை' வாழ்க்கையில் முன்னும் பின்னுமாக அது பரவிக் கிடக்கிறது... வெளிறிய முகமுடைய ஒருத்தன் என்னிடம் கூறினான். அன்று ஜன்னல் வழியே வந்த நிலவொளி என் படுக்கை மீது விழுந்து கிடந்தது. வெளி வராந்தாவில் நர்ஸ்களின் உரையாடல் அடங்கிவிட்டது. பயத்தில் தலையணையில் முகம் புதைத்தேன். அப்போது அவன் சொன்னான். 'நான் உன்னை நேசிக்கிறேன்...'

நினைவுகளை மறக்க எத்தனித்த அவள் கணவன் பக்கமாகத் திருப்பினாள். "நான் சீக்கிரமா வீட்டுக்குப் போகணும்."

அவன் சிரித்தான்.

"உங்களோட இந்தச் சிரிப்பு எனக்கு ரொம்பப் பிடிக்கும் – சத்தமில்லாம, அமைதியா முகத்துலே மலர்ந்து சீக்கிரம் மறையுற இந்தச் சிரிப்பு."

இதைச் சொல்லி நிறுத்திக்கொண்டாள். ஆனால் சொல்வதற்கு நிறைய இருந்தன. முன்பு தேனிலவு நாட்களில் கடற்கரையில் ஆர்ப்பரிக்கும் அலைகளுக்கெதிரில் நின்று தலை நிமிர்ந்து அவன் கடகடவென்று சிரித்ததை, ஒரு விடுமுறை நாளில் அவர்களிருவரும் மைதானத்திற்குப் போய்ப் பட்டம் பறக்க விட்டு விளையாடியதை, காற்றில் அவள் கூந்தல் அவன் கண்ணில் பட்டதை... எத்தனையோ இருந்தன சொல்வதற்கு. ஆனால் இவள் சொன்னாள். "நான் உங்களை மிகவும் நேசித்து இருக்கேன் !"

"இப்போ ?"

"இப்போதும்"

அதைக் கூறுகையில் அவளது வார்த்தைகள் இடறின.

“நேற்று ...”

“இதோ வீடு வந்தாச்சு” வீட்டின் முன் பகுதியிலிருக்கும் சிறிய தெருவிற்குள் அவர்கள் நுழைந்தனர். பெரிய விளக்குகளை கொண்ட ஒரு லாரி எதிரில் பாய்ந்து வருவதைக் கண்ட அவள் சொன்னாள்.

“கவனமா ஓட்டுங்க, இந்த லாரி ஓட்டுறவனுங்க பைத்தியக் காரனுங்க...”

வெளிச்சமும் ஓசையும் நெருங்கி வந்தன. காரை ஓரமாகத் திருப்பும் கணவனிடம் மீண்டும் சொன்னாள், “கவனம்...”

அப்போதுதான் அந்த லாரி டிரைவரின் முகத்தைக் கண்டாள். வெளிறிய முகத்தில் பளபளக்கும் கண்கள். வியர்வை அரும்பி நிற்கும் நெற்றி...

“அய்யோ!”

நெருப்புக் கனல்கள் அணைந்தன. உடல் கருகும் நாற்றம் மட்டும் எஞ்சியது. கண்களைத் திறந்தாள்.

குளோரோஃபோமின் குளிர்ந்த இனிய மணம் கமழ்ந்தது.

‘ஆஸ்பத்திரியிலா இருக்கேன்?’ அருகில் அமர்ந்திருந்தவன் சிரித்தான். அவனது கரம் பற்றி எழுந்து நின்று அவளும் சிரித்தாள். ஏனெனில் வானத்தில் வெள்ளி மேகங்கள் பறக்கின்றன. அருவிகள் பனிமூட்டம் தங்கி நிற்கும் மலைச்சரிவுகளை நோக்கி பாய்ந்து செல்கின்றன. மரணத்தைப் போன்ற ஒரு நீலநதி எங்கோ தவழ்ந்து போகிறது.

மகிழ்ச்சி... பொருளற்ற சொல் அது.

**(1956)**

## மாஹிம் வீடு

ஒரு மாதத்திற்குப் பிறகு அந்த வீட்டை விட்டுக் கணவனுடன் செல்ல நேரிடும் எனத் தெரிந்ததும், அவள் கடைசிமுறையாகக் குழந்தை விளையாட்டான ஒரு நட்பில் ஈடுபட்டாள். வீட்டின் பின்பக்க வராந்தாவிற்குச் சென்று கீழே பார்த்த வண்ணம் அடிக்கடி நிற்பாள். சிறிது தூரம் வரை வெறும் மண்பரப்பு. ஓரிரண்டு கரும்பனைகள். ஒரு பர்லாங் தொலைவில் வரிசையாய்த் தகரம் வேய்ந்த சின்னஞ்சிறு குடிசைகள். அங்கே பல நிறங்களைக் காணலாம். சுவரின் வெண்ணிறம், கொடிகளில் தொங்கும் புடவைகள், சட்டைகளின் நிறங்கள், ஓடியாடும் குழந்தைகளின் நிறங்கள், அவ்வப்போது குடிசைகளின் உள்ளிருந்து குழந்தை களின் எரிச்சலூட்டும் வீறிடலையும் கேட்கலாம். ஆரம்பத்தில் அங்குள்ள அனைவரும் ஒரே மாதிரி யானவர்கள் என நினைத்திருந்தாள். இளம் பெண்கள் மிட்டாய் நிறத்தாலான சிவப்புப் பருத்திப் புடவைகளை உடுத்தியிருந்தனர். கணவன்கள் கைவைத்த பனியன்களையும், காக்கி அரைக்கால் சட்டைகளையும் அணிந்திருந்தனர். பிற்பாடு அவர்கள் ஒவ்வொருவரையும் அடையாளம் கண்டு கொண்டாள். குறிப்பாக அவர்களில் வசதியானவ னான ராஜாவின் வீட்டாரை.

அந்த ஆளை ராஜா என்று மனதிற்குள் அழைத்தாள். ஏனெனில் அவனது சட்டைகள் அழுக்காகவில்லை. அவனது மனைவி புள்ளி போட்ட புடவைகளை உடுத்துவாள். அவனது குழந்தைகள் சட்டையை அணிந்து திரிவார்கள்.

அது மட்டுமல்ல, அவ்வரிசையில் இந்தக் கடைசியில் இருக்கும் அவனது குடிசை மேலும் நல்ல் நிலையில் இருந்தது. அதன் பின்பகுதியில் சிறிய கர்மூஸ் செடிகள் இருந்தன. அந்தச் சுவரில் ஒரு பழைய சைக்கிள் சாய்த்து வைக்கப்பட்டிருந்தது. அங்கு வசிப்பவர்கள் எவருமே வெளியே செல்வதோ வேலை செய்வதோ இல்லையென்று தோன்றும். குறிப்பாக ராஜாவிற்கு. தினந்தோறும் காலையில் குளித்து முடித்துவிட்டு கூந்தலை உலர்த்துவதற்காக வராந்தாவில் அமர்ந்திருக்கும் வேளைகளில் அவள் ராஜாவைப் பார்ப்பதுண்டு. அவனது வீட்டின் அருகில் உள்ள ஒரு கரும்பனையின் அடியில் கோரைப் பாயை விரித்து மல்லாந்து படுத்துக் கிடப்பான். அவள் பொதுவாக பணமும் பதவியும் இல்லாதவர்களை அப்படிக் கூர்ந்து கவனிப்பது கிடையாது. ஆனால் ஜன்னல் கம்பிகளினூடே அவனை உற்று நோக்கி எதைஎதையோ யோசித்து ஒரு சாய்வு நாற்காலியில் படுத்திருந்தாள். அவனது உடல் ஒரு பதினாறு வயது ஆண்பிள்ளை யின் உடம்பைப் போன்றிருந்தது. இளம் மஞ்சள் நிறம். குள்ளமான மெலிந்த உடம்பு. எண்ணெய் தேய்த்து படியச் சீவிய தலைமுடி. குழந்தைகளைப் போன்று சிவந்து, உருண்டு எப்போதும் அசைந்து கொண்டிருக்கும் உதடுகள். அத்தோடு எவ்வித மாற்றமும் இல்லாத சோம்பேறித்தனம். மணி பதினொன்று ஆவதற்குள்ளாக அவன் பாயில் வந்து படுத்துக்கொள்வான். உறங்குகிறானா அல்லது யோசிக்கிறானா என்றுகூடத் தெரியாது. ஒரு கையை கண்களுக்கு மேலாக வைத்திருப்பான். இதற்கிடையே அவனது மனைவி வெளியே வந்து ஒரு குழந்தையை அவனது அருகில் இருத்தி விட்டுச் செல்வாள். இப்படியாக நான்கு குழந்தைகளையும் குளிப்பாட்டி ஒரு பனியனை மட்டும் அணிவித்து அந்தப் பாயில் இருத்துவாள். அதன் பிறகு அவன் மனைவி சாப்பிட அழைக்க மட்டுமே வருவாள். வட்ட முகங்களையும் எண்ணெய் வழியும் மொட்டைத் தலைகளையுமுடைய அந்தக் குழந்தைகள் அவனைச் சுற்றியமர்ந்து விளையாடுவார்கள். மண்ணைக் கிளறி, கற்களால் வீடு கட்டுவார்கள். சிலசமயம் எதுவுமே செய்யாமல் அப்பாவின் அருகில் படுத்துத் தூங்குவார்கள். அவன் கண்களை மூடி அசையாமல் படுத்திருப்பான். அவன் ஏன் வேலைக்குச் செல்வதில்லையென்று பலமுறை யோசித்தாள். அவனது மனைவி எப்போதும் வேலை செய்துகொண்டே இருப்பாள். ஒரு பித்தளைக் குடமெடுத்துக் குழாயடிக்குப் போவாள். துவைத்த துணிகளைக் கயிற்றில் உலர்த்துவாள். மண் அடுப்பை வெளியே எடுத்து வந்து அதை ஊதியும் விசிறியும் தீ மூட்டுவாள். சிலசமயம் ஒரு சிறிய கோப்பையில் தேநீரை எடுத்துவந்து சோம்பிக் கிடக்கும் கணவனை எழுப்பிக் கொடுப்பாள். அவன் அங்குமிங்கும் பார்க்காமல் எழுந்தமர்ந்து அதைப் பருகிவிட்டு மறுபடியும்

மல்லாந்து தூங்குவான். குழந்தைகள் தேநீருக்காக அழுதாலும் பொருட்படுத்த மாட்டான். அவள் அடிக்கடி நினைப்பாள். என்ன மனிதன் இவன்? சின்னக் குழந்தைகளைப் போன்ற சுயநலமும் சோம்பலும் கொண்ட இவனை இவன் மனைவி எவ்வளவு நேசிக்கிறாள்! நேசிக்கிறாள் என்பது உண்மை. மற்ற குடிசைகளின் ஆண்கள் குனிந்து உள்ளே நுழைவதற்குள் பல வசைச் சொற்களை வாங்க நேரிடும். அந்தப் பெண்களெல்லாம் கோபக் குணமும், குளவிகளின் சுறுசுறுப்பையும் கொண்ட மனைவிகள், அங்குமிங்குமாக ஓடுவதையும், சத்தமாகப் பேசுவதையும் குழந்தைகளை அடித்து அழவைப்பதையும் பார்த்தாலே தெரியும். ஆனால் ராஜாவின் மனைவி பார்வைக்கு இளம்பெண். ஞாயிற்றுக்கிழமை மட்டுமல்ல. எல்லா நாளும் அவள் அழுக்கடையாத புடவைகளை அணிவாள். கூந்தலுக்கு எண்ணெய் தேய்ப்பாள். யாரும் பார்க்காதபோது கணவனின் கன்னங்களைத் தொட்டுச்சிரிப்பாள்.

இதையெல்லாம் பார்த்துக்கொண்டிருக்கும் போதுதான் அவளுக்குத் தனது வாழ்க்கை மிகவும் அலுப்பூட்டுவதாகத் தோன்றியது. அது சரிதான். அவளது கணவன் மேற்படிப்புக்காக இந்தியாவிற்கு வெளியே போய் மூன்று ஆண்டுகளாகிவிட்டன. கல்யாணமாகாத தனது தோழிகளைப் போலக் கனவுகளை நெய்துத் தங்களுக்குள் கேலி பேசி, சிரித்துத் திரிய அவளால் முடியாதே. முன்பு அழகான ஒரு இளைஞனைக் காட்டித் தோழிகளைக் கேலி செய்யலாம். கனவுகள் காணலாம். ஆனால் இப்போது அவளது வாழ்க்கை உறுதி செய்யப்பட்டுவிட்டது. கல்யாணம் முடிந்த போதிலும் சிறிதுகூடப் பழக வாய்ப்பு கிட்டாத ஒரு கணவனைப் பற்றி எத்தனை காலம்தான் நினைத்துக்கொண்டிருப்பது. மாதமொருமுறை வரும் நீல உறைகளும் அதில் சிறிதும் கவித்துவம் இல்லாத கடிதங்களும் புகைப்படமும் கண்ணில் படும்போது நினைத்துக்கொள்வாள், எனக்குத் திருமணமாகிவிட்டது என்று. ஆனால் திருமணம் பெற்றோர்கள் அச்சடித்து அனுப்பும் அழைப்பிதழோ, ஒரு விளக்கையும் ஒரு படி நெல்லையும் சுற்றி நடத்தும் பிரதட்சிணமோ, ஒரு முத்தத்தின் ஞாபகமோ எதுவுமில்லை. அது மனதின் ஒரு நிலை. இருவருக்குமிடையிலான பிணைப்பு அன்பு, விசுவாசம். விரகம் காதலைப் பெருக்கும் என்று எல்லோரும் சொல்லும்போது அவளும் சிரிப்பாள். அது சரியல்ல என்று அவளுக்குத் தெரியும். காதலித்த இருவர் பிரியும்போதுதானே அவ்வாறு நிகழும்? நேசிக்கக்கூட நேரம் கிடைக்காத தனக்கும், தன் கணவருக்கும் இந்த விரகத்தால் ஒரு காதலும் வளரப் போவதில்லை. கடிதங்களில் கையாண்ட

இனிய சொற்களின் புதுமை அழிந்துபோனதும் பரஸ்பரம் வெறுப்புதான் ஏற்பட்டது. தனக்கு மட்டுமல்ல அவருக்கும் அப்படித்தான் இருக்குமென்று தோன்றியது அவளுக்கு. மேற்படிப்புக்குச் செல்லும் தகுதியைப் பெறுவதற்காகவே அவர் இந்தத் திருமணத்தைச் செய்துகொண்டார். மற்றபடி தனது புன்னகைக்கு மயங்கி அல்ல. பெற்றோர்கள் நிச்சயித்து நடத்தும் திருமணங்களே சிறப்பாக அமைவதாக அப்பா சொல்வார். அதைச் சொல்லும்போது அக்காவை அவர் உத்தேசிக்கிறார் என்பது அவளுக்குத் தெரியும். அக்கா காதலித்துதான் கல்யாணம் செய்துகொண்டாள். இப்போதும் மிகுந்த அன்பாக இருந்த போதிலும் அவர்களது வாழ்க்கை சகிக்க முடியாத ரகத்தைச் சேர்ந்தது. அடிக்கடி சச்சரவுகள், பைத்தியக்காரத்தனமான அழுகைகள், பிறந்தகத்திற்கு ஓடி வருதல், ஒரு தடவை அப்பா சொன்னார். 'இனி இதுவேண்டாம்னு வைக்கறதுதான் நல்லது.' ஆனால் அப்படியொன்றும் நடந்துவிடவில்லை. அக்காவின் கணவர் தலைகுனிந்து நடந்துவந்து படிக்கட்டின் கீழே நின்று அக்காவை அழைப்பார். அக்கா ஓடிச் சென்று அவரைக் கட்டியணைத்து அழுவாள். பிறகு அவர்களிருவருமாகச் சேர்ந்து பெட்டியை எடுத்து கிளம்புவார்கள். இதெல்லாம் அடிக்கடி நடக்கும். அன்பு அர்த்தமற்ற ஒன்றாக அவளுக்கு அடிக்கடி தோன்றும். எனவேதான் அவள் அதைப்பற்றிப் புரிந்துகொள்ள முயன்றாள். சாதியையும் பதவியையும் அவள் பார்க்கவில்லை. அன்பு யோசித்துச் செய்யக்கூடியதில்லையே. அதிகப் பணமும் அழகும் படிப்புமுள்ள ஒருவரை நிறுத்தி வைத்து 'இவனைக் காதலித்துக்கொள்' என்று சொன்னால் அப்படிக் காதலித்துவிட முடியுமென்று அவள் நம்பவில்லை. காதல் அவரவர் மனதிலிருந்து பிறக்கிறது. அப்படித் தான் சோம்பேறியும் ஏழையும் படிப்பறிவில்லாதவனும் தூய்மையற்றவனுமான ராஜாவை விரும்பத் தொடங்கினாள். வராந்தாக் கம்பிகளின் மேல் சாய்ந்து நின்று அரைகுறை இந்துஸ்தானியில் சொன்னாள். "உன்னைப் பார்க்கிறபோது எனக்கு ஒரு நாய்க்குட்டியோட ஞாபகம் வருது. முன்பு நான் வளர்த்த ஒரு சின்ன நாய்க்குட்டி."

அவன் கண்களை அகல விரித்து அவளைப் பார்த்து மெல்ல சிரித்தான், பிறகு கீழே வீசிய பூமாலையை எடுத்து உதடுகளில் பதித்தான்.

"அந்த நாய்க்குட்டி எங்கே?"

"அது உடம்பு சரியில்லாம செத்துப் போச்சு."

உரக்கச் சிரித்தான். அவனது முகம் ஒரு குழந்தையை ஒத்திருந்தாலும் அவனது சிரிப்பு அப்படியில்லை. அது

திடமாகவும் கேட்க இனிமையாகவும் இருந்தது. "நான் உன்னைக் காதலிக்கிறேன்." அவள் இரண்டு கைகளையும் வாயைச் சுற்றிக் குவித்துச் சொன்னாள். அதைப் பல தடவை சொன்னாள். அதைக் கேட்கும்போதெல்லாம் அவனது முகம் சிவக்கும். முதலில் பொழுதுபோக்கு விளையாட்டாகத்தான் அவனை நினைத்திருந்தாள். அப்புறம் அவன் அவளது நினைவுகளிலிருந்து அகலவில்லை. இரவு உறங்கும் வேளையில் இருட்டில் அந்த முகம் மிதந்து வந்தது. வெறுப்புடன் தன்னையே ஏளனம் செய்தாள். இது என்ன முட்டாள்தனம். இந்தக் குள்ளமான சோம்பேறி எதற்காக என்னை அலைக்கழிக்கிறான்? எனக்கு வெட்கமே இல்லாது போனதே. கயிற்றின் மீது பொம்மைகளை ஆட்டுவிப்பதைப் போல நான் எதற்காக இந்தக் காதலை ஆட்டுவிக்கிறேன்... இப்படித் தனக்குள் பலவற்றைச் சொல்லிய அவளுக்குப் புரிந்துவிட்டது. அவள் காதலில் அகப்பட்டுவிட்டாள். ஒருநாள் அவனிடம் சொன்னாள். "இன்னைக்கு மதியம் கீழே உன் வீட்டுக்கு வர்றேன்."

அது சாத்தியம்தான். அவனது மனைவி ஒரு தையல்காரி. மதியவேளையில் குழந்தைகளை அழைத்துக்கொண்டு எங்கோ தையலுக்குப் போகிறாள். மாலை வேளையில்தான் சமையல் செய்வதற்காகத் திரும்பி வருவாள்.

அவளது தைரியம் அதிகரித்துக்கொண்டிருந்தது. இன்னும் கொஞ்ச நாட்களில் இதையெல்லாம் நிறுத்திவிட்டுத் தன் கணவனுடன் போய்விடுவோமென எண்ணித்தான் அவளுக்கு இத்தனை தைரியம் ஏற்பட்டது. கணவர் எழுதியிருந்தார், 'இரண்டு வாரம் முடிந்ததும் உன்னைச் சந்திக்கலாம் என்று நினைக்கும்போது என்னால் நம்பமுடியவில்லை. மூன்று வருடத்திற்கு முன்பு கடந்துபோன அந்த நாட்களும் நீயும் ஒரு கனவுபோல் தொலைத்தூரத்தில் இருப்பதாக எனக்குத் தோன்றுகிறது.'

அவர் இப்படி எழுதுவது முதன்முறை. அந்தக் கடிதத்தை எடுத்துப் படுக்கையின் அடியில் வைத்தாள். அதை வாசித்த பிறகு அதை எழுதிய ஆளைக் காதலிக்க முயன்றாள். போட்டோவை எடுத்து அந்தச் சுருண்ட முடியையும் நீண்ட முகத்தையும் பார்த்துக் கிடந்தாள். எந்தப் பயனுமில்லை. மறுநாள், மதிய வேளையில் வீட்டை விட்டு ராஜாவின் குடிசைக்குப் போனாள். கதவைத் தாண்டி உள்ளே சென்றபோதுதான் இருள் சூழ்ந்த அந்த அறையில் அமர்ந்திருந்த அவனது மனைவியைப் பார்த்தாள். அந்தப் பெண் தரையில் அமர்ந்து உருளைக்கிழங்கின் தோலை உரித்துக்கொண்டிருந்தாள். அவள் அதிர்ந்தாள். பிறகு

தைரியமாகப் பேசினாள். "நான் உங்க வீட்டைப் பார்க்க வந்தேன். நான் அங்கே அந்தச் சிவப்பு வீட்டுலே வசிக்கிறேன்."

"எனக்குத் தெரியும்." அந்தப் பெண்ணின் சந்தேகம் கலந்த பார்வையும், சிரிக்காத மெல்லிய உதடுகளும் அவளை மெல்ல அச்சுறுத்தின. இருப்பினும் ஏமாற்றத்தையும், அதிர்ச்சியையும் மறைத்து வைக்க அங்குள்ள ஒரு கட்டிலின் மீது அமர்ந்தாள். அங்கிருந்த குழந்தைகளிடம் பேசினாள். அப்போது தோன்றியது. நான் செய்வது என்ன முட்டாள் தனம்? சற்றும் பழக்கமில்லாத இந்தப் பெண்ணின் வீட்டில் வந்தமர்ந்து அவளோடு பேசுவதன் அர்த்தமென்ன? அறிமுகம் செய்துகொள்ள என்றால் இந்தப் பெண் நம்புவாளா?

ராஜாவின் மனைவி, உருளைக்கிழங்கைத் தண்ணீரில் போட்டு அடுப்பின் மீது வைத்தாள். பிறகு அவள் அங்கிருப்பதைப் பொருட்படுத்தாமல் ஒவ்வொரு விட்டு வேலையாகச் செய்து கொண்டிருந்தாள். மூச்சுத் திணறலோடு அவள் எழுந்து நின்றாள்.

"நான் வரட்டுமா?"

நனைந்த கரித்துண்டுகளின், அழுகிய காய்கறிகளின் நாற்றம் வீசும் கட்டிலை விட்டு எழுந்து விரைந்து நடந்தாள். அப்போது தான் அவனைக் கவனித்தாள்.

"எங்கிருந்து வர்றீங்க?" அவனது மார்பு பனியன் மீது கயிற்றில் கோர்த்த ஒரு தங்கச் சிலுவை தொங்கிக்கொண் டிருந்தது. அதையே பார்த்தபடி சொன்னாள். "உன்னோட வீட்ல ஆள் இருக்காங்க. நான் முட்டாள் ஆயிட்டேன்."

"இன்னிக்கு ஞாயிற்றுக்கிழமைதானே? அவள் தையலுக்குப் போக மாட்டாள்" என்றான்.

சட்டெனப் பேச்சை நிறுத்திக்கொண்டாள். குடிசைக்குள் ளிருந்து பித்தளைப் பாத்திரத்தை எடுத்துக்கொண்டு அவன் மனைவி வெளியே வந்தாள். ஒருமுறை அவர்கள் நிற்பதைப் பார்த்துவிட்டு விரைந்து அவர்களை கடந்து போனாள். பனியன் மட்டும் அணிந்த பிரகாசமான கண்களையுடைய நான்கு குழந்தைகள் அவளைப் பின்தொடர்ந்து சென்றார்கள்.

அன்றிரவு குளித்துக்கொண்டிருக்கும்போது அவனது மனைவியைப் பற்றி யோசித்துப் பார்த்தாள். அந்தப் பெண்ணின் முகத்தில் ஏன் அத்தனை சீற்றம்? எப்போதும் சிரித்துக்கொண் டிருக்கும் அந்தப் பெண் ஏன் என்னிடம் மட்டும் சிரிக்காமல் நடந்துகொண்டாள்? அவளது கணவனோடு நான் வராந்தாவில் நின்று பேசிக்கொண்டிருப்பதைப் பார்த்திருப்பாளோ?

எதுவும் புரியவில்லை. ஒரு விஷயத்தைப் புரிந்துகொண்டாள். ஏழைகளைப் புரிந்துகொள்வதும் நெருங்கிப் பழகுவதும் கடினம். நட்புடன் நடந்துகொண்டால் அவர்களுக்குச் சந்தேகம், பயம். எதுவும் பேசாமல் முழித்தபடி நிற்பார்கள். கடுமையாகப் பேசிக் கோபப்பட்டால் அஞ்சுவார்கள். எதைச் செய்தாலும் அவர்களை நெருங்க முடியாது. அவர்களுக்கு என்னைப் புரிந்துகொள்ள முடியாது. எனக்கு அவர்களையும் புரிந்துகொள்ள முடியாது. ஆனால் நேசிக்க முடிகிறதே. அவள் வியந்தாள். ராஜாவை நான் நேசிக்கிறேனா?

யோசித்துக்கொண்டே குளியலறையிலிருந்து வெளியே வந்து வராந்தாவை அடைந்தாள். அப்போதுதான் அவனைக் கவனித்தாள். சந்திரன் மேகங்களுக்குப் பின்னால் எங்கோ மறைந்திருந்தான். ஆனாலும் வெளிச்சம் இருந்தது. நிலா வெளிச்சம் அவன் முகத்தில் பட்டதால் அவனை அடையாளம் கண்டுகொண்டாள். அவன் கரும்பனையின் அடியில் அமர்ந்து மண்ணைத் தோண்டிக்கொண்டிருந்தான்.

"ச்சூ!" மெதுவாக அழைத்தாள். அவனுக்குக் கேட்கவில்லை. மண்ணை அகற்றிக் குப்புறப்படுத்து இரு கைகளையும் குழியில் விட்டு டின்னை வெளியே இழுத்தான். பிறகு மீண்டும் குழியை மூடிச் சரிசெய்து எழுந்தான். 'ஓ, கள்ளச்சாராயம்!' அவள் நினைத்தாள்.

அதுதான் அவனது வேலை. ஆகவேதான் எங்குமே போகாமல் சோம்பி பகல் முழுவதும் படுத்துத் தூங்குகிறான். அன்றிரவு அப்பா வீட்டிற்கு வந்தவுடன் எல்லாருமாகச் சேர்ந்து சாப்பிட அமர்ந்தபோது கேட்டாள். "இந்தக் கள்ளச்சாராயம் காய்ச்சுறவங்களைக் கண்டுபிடிச்சா போலீஸ்காரங்க என்ன பண்ணுவாங்க?"

அப்பா சொன்னதைக் கேட்டு அவள் எதுவும் பேசவில்லை. ஜெயிலுக்குக் கொண்டுபோய் அடிக்கப்படும் நிலைமை ராஜாவுக்கு வரக்கூடாதெனப் பிரார்த்தித்தபடி தூங்கப் போனாள். மறுநாள் காலை குளித்து முடித்துவிட்டு வராந்தாவை அடைந்தபோது அவன் கரும்பனையின் அடியில் படுத்துக் கிடந்தான். அவள் சொன்னாள்.

"நான் நேற்றுப் பார்த்திட்டேன்."

அவன் கைகளைத் தாழ்த்தி அவளைப் பார்த்தான். ஆனால் எதுவுமே பேசவில்லை.

"எதுக்காக இந்த ஆபத்தான தொழிலுக்குப் போறீங்க. யாராவது கண்டுபிடிச்சுட்டா?"

அவன் ஒரு கையால் புழுதி மண்ணை வாரி அதை விரல்களில் நடுவிலூடே சிந்திக்கொண்டிருந்தான். மற்றபடி அவளைப் பார்க்கவோ, பதில் பேசவோ இல்லை.

“இதை நிறுத்துங்க. போலீஸ்காரங்களைப் பத்தித் தெரியுமில்லே? எவ்வளவு கொடியவங்கன்னு.”

மெல்லச் சிரித்தான். எதுவும் பேசவில்லை. அன்றைய மதியம் அவள் அவனது வீட்டிலிருந்து திரும்பும்போது அவனது மனைவி எதிரில் வந்தாள். அவள் தலைகுனிந்து சொன்னாள். “நான் கர்மூஸ் செடிகள் இருக்குதான்னு பார்க்க வந்தேன்.”

“ம்ம்.”

அந்த எரியும் கண்களையும், மெலிந்த உதடுகளையும் மறுபடியும் பார்க்க முடியாமல் வேகமாக நடந்து தனது வீட்டுப் படிகளிலேறினாள். அன்றிரவு யோசனையில் தூக்கம் வராமல் சிரமப்பட்டுப் படுத்துக்கிடந்தாள். இளம் மஞ்சள்நிற முகமும், மென்மையான தலை முடியும் அசையும் உதடுகளையுமுடைய, கள்ளச்சாராயம் காய்ச்சும் ஒருவனை நினைத்து உள்ளூரச் சொல்லிக்கொண்டாள். என் செல்லமே, என் செல்லமே... பயத்தில் உறக்கம் வரவில்லை. மாலை வேளைகளில் போலீஸ்காரர்கள் லாரியில் நீளமான இரும்புத் தடிகளுடன் அங்கு வந்ததைப் பார்த்திருக்கிறாள். அன்றெல்லாம் அவர்கள் கடப்பாரையால் மண்ணை ஆங்காங்கே தோண்டுவதை உற்சாகத்துடன் பார்த்து நின்றிருக்கிறாள். அழுகிய பழங்களை எடுத்துப் போய் பம்பாயின் பல பகுதிகளில் கள்ளச்சாராயம் காய்ச்சிக்கொண்டிருந்தார்கள். அவர்களைத் தேடிப் பிடித்து சிறையில் அடைத்து துன்புறுத்துவார்கள். அதெல்லாம் அவசியம் தான் என்று அவளுக்குத் தோன்றியதுண்டு. யோசனையில் எப்போது தூங்கினாள் என்று தெரியவில்லை. மறுநாள் காலையில் எல்லோரும் தேநீர் அருந்துவதற்காக உட்கார்ந்திருந்தபோது அம்மா சொன்னாள். “நேத்து ராத்திரி போலீஸ் லாரி வந்தது உங்க யாருக்குமே தெரியலை இல்லே. ஒரே ரகளை!”

“அதுதான் அடிக்கடி நடக்குதே!” அப்பா தபாலில் வந்த கடிதங்களைப் பார்த்துக்கொண்டே சொன்னார். நீல உறையிலிருந்த ஒரு கடிதத்தைப் பிரிக்க மறந்தாற்போல அவள் அசையாமல் அமர்ந்திருந்தாள். அப்போதுதான் அந்த ரகளை. வராந்தாவிற்கு ஓடினாள். கெட்ட வார்த்தைகளால் திட்டியபடி இரண்டு போலீஸ்காரர்கள் அவனருகே சென்றார்கள். லாரி நிறைய போலீஸ்காரர்கள் காணப்பட்டார்கள். அவன் எதுவும் பேசாமல் பனியனை மாட்டிக்கொண்டான். ஒரு போலீஸ்காரன் கன்னத்தில்

அறைந்தான். அவள் கண்களைப் பொத்திக்கொண்டாள். மனித உடலில் அடிவிழும் சத்தமும், வசைச்சொற்களும் கேட்டன. லாரியின் எஞ்சின் ஓசையிட்டபோது பார்த்தாள். லாரி ரோட்டிற்குத் திரும்பும்போது, போலீஸ்காரர்களுக்கு நடுவில் விலங்கு பூட்டப்பட்டு வியர்வை வழிய நிற்கும் அவன் அவளைக் கவனித்தான்.

சற்று நேரம் அங்கு நின்றாள். குழந்தைகளுக்கிடையே அழுகை நிறைந்த கண்களுமாய் ராஜாவின் மனைவி தலைநிமிர்ந்து அவளைப் பார்த்தாள். பிறகு சின்னக் குழந்தையைத் தோளில் போட்டு மற்றக் குழந்தைகளை அழைத்துக்கொண்டு வேகமாகக் குடிசைக்குள் நுழைந்தாள். அந்த எரிகின்ற பார்வையின் அர்த்தம் அவளுக்கு அப்போது விளங்கியது. அந்தப் பெண் அவளைத் தவறாகப் புரிந்துவைத்திருக்கிறாள் என்று நினைக்கையில் அவளுக்கு அழுகை வந்தது. நான் ராஜாவுக்கு துரோகம் இழைப்பேனா? நான் இவ்வளவு நேசிக்கும் ஆளை?

நீல உறையைப் பிரித்தபோது அதிலொரு சிறு கடிதம் இருந்தது.

'என் அன்பிற்குரியவளே!

நான் நாளைக்குப் புறப்படவிருக்கிறேன். மகிழ்ச்சியால் எதை எழுதுவதென்றே தெரியவில்லை. நான் உன்னை நேசிக்கிறேன்.' வாசிப்பதை நிறுத்திக் கீழே பார்த்தாள். கரும்பனையின் அடியில், புழுதியில், ஒரு கோரைப் பாய் காலியாய்க் கிடக்கிறது. குழந்தை முகத்தைக் கொண்ட ஓர் இளைஞன் விரலிடுக்கிலூடே மண்ணைச் சிந்தியபடி படுத்துக் கிடப்பதை நினைவுகூர்ந்தாள்.

(1956)

# வௌவால்கள் பறக்கும்போது

பத்து வருடங்களுக்குப் பிறகு அவள் தனது தம்பியைச் சந்திக்கிறாள். அந்தச் சந்திப்பு ஓர் இலவச மருத்துவமனையின் வெள்ளைச் சுவர்களுக்கு நடுவில் நிகழ்ந்திருக்கக் கூடாது. நீளமான தண்டுகளில் அந்திமந்தாரைகள் மலர்ந்து மணம் வீசும் ஒரு தோட்டத்தில், பிரம்பு நாற்காலி மீது சாய்ந்தமர்ந்து தனது நெடியகால்களை முன்னோக்கி அகட்டி வைதது, கண்களை லேசாக இடுக்கி, சிரித்தவாறு ஓர் இளைஞன் கேட்டான்: "இனி தற்போதைக்குப் பார்க்க முடியாது, அப்படித்தானே?"

பத்தாண்டுகளுக்கு முன்பு கேட்ட அந்த வார்த்தைகளை நினைவுகூர்ந்து கட்டிலருகில் நெருங்கினாள். அவனது சுருண்ட முடியில் எந்த மாற்றமும் நிகழ்ந்திருக்கவில்லை. கழுத்துவரை போர்த்தப்பட்டிருந்த போர்வையில் ஏதோ கருப்புநிற மருந்துக் கறை இருந்தது. அவனது மூக்கும் உதட்டின் மேற்புறமும் வேர்த்திருந்தன. கட்டில் விளிப்பில் அமர்ந்தபடி கேட்டாள்:

"இங்கே எப்பிடி வந்தே? இப்போ தலைமறைவு வாழ்க்கை கெடையாதுன்னு நெனைக்கிறேன்."

அவன் கண்களைத் திறக்கவில்லை. அவனது முகத்தில் வளர்ந்திருந்த ரோமத்தையும் அந்த உதடுகளின் அசாதாரணச் சிவப்பையும் பார்த்துச் சன்னமான குரலில் அழைத்தாள்: "தம்பி."

அவசியமில்லாவிடினும், கடந்துபோன குழந்தைப்பருவத்திலிருந்து பாதுகாத்து வைக்கப்

பட்ட ஒரு கிழிந்த பாயைப் போல மல்லாந்து படுத்திருந்தான். அவள் "தம்பி"யென்று அழைத்திருக்க வேண்டியதில்லை. அழைத்த கணம்தான் அதை உணர்ந்தாள். ஏனெனில், வருடங்கள் அவர்களிருவரையும் அந்நியர்களாக்கியிருந்தன. அதே நகரத்திற்கு வரும்போது கூட, தனது அக்காவைச் சந்திக்காமல் பகல்முழுவதும் பணம் ஈட்டும் குறுக்குவழிகளில் அலைந்து ஒவ்வொரு மணிநேரத்தையும் ஒரு காட்டுவிலங்கின் வேட்கையுடன் அனுபவித்து குடிகாரனாகவும், விபச்சாரம் செய்பவனாகவும், நம்பத்தகாதவனாகவும் வாழ நேர்ந்த ஒரு மனிதனைத் தம்பி என்று அழைத்தது தவறாகிப் போனது. அவனுக்கும் இவளுக்குமான உறவு? ஞாபகங்கள் நைந்த கண்ணிகளாக இருந்தன.

அடிக்கடி, தனது கணவனிடம் தேவையில்லாமல் சொல்லி வந்தாள்.

"ஆனா, நாங்க ஒண்ணா வளர்ந்தவங்களாச்சே? எப்போதும் என்னை வந்து பாக்கறதுக்கான அதிகாரம் அவனுக்குக் கெடையாதா?"

அவளது கணவன் முஷ்டியைச் சுருட்டி மேசையைக் குத்திக்கொண்டு சொன்னான்:

"எனக்கு கௌரவமான உத்தியோகம் இருக்குது. சமூகத்தில நல்ல பேர் இருக்குது. நீ அதையெல்லாம் பாழாக்கிடாதே. அவன் உருப்படுறது கஷ்டம். ஒவ்வொரு தடவையும் வேலையை உதறினப்ப வேற வேலையை வாங்கித் தந்துகிட்டிருந்தேன். ஆனா, திருடிட்டு ஜெயிலுக்குப் போன ஒருத்தனை இனி ஒருநாளும் பார்க்க வேண்டாம். அவன் இங்க வந்தா, அப்புறம் மத்தவங்க எதிர்ல தலை நிமிர்ந்து நடக்க எனக்கு முடியாம ஆயிடும். அதை நீ ஞாபகம் வெச்சுக்கணும்."

"ஆனா நாங்க எத்தனை வருஷம் ஒண்ணா..."

"அதை நீ மறக்கணும். உனக்கு அப்படி ஒரு தம்பி கெடையாது."

அவன் திருடன். குடிகாரன். நம்ப தகுதியற்றவன். அந்த வார்த்தைகளைப் பலமுறை கேட்டுக்கொண்டே இருந்தாள். இருப்பினும் அவள் அதையெல்லாம் நம்பவில்லை. முடிவாக, நம்ப நேர்ந்தபோதும், அவள் தனது துரதிர்ஷ்டசாலி தம்பியை வெறுக்கவில்லை.

"எனக்குக் கொஞ்சம் பணம் தேவைப்படுது. ஒரு மாசத்துக் குள்ளே திருப்பித்தந்திடுவேன். ஒரு வழி இருக்குது."

சிலசமயம் அவளது பணப்பையில் ஓர் ஒற்றை நாணயம் கூட இருக்காது. ஆனால், அவனுக்குக் கொடுப்பதற்கு அவளுடைய கையில் எப்போதும் பொறுமை இருந்தது. அன்பு இருந்தது.

பின்னர், எப்படி அவையெல்லாம் அழிந்து போயின?

அந்தக் கேள்விக்கான பதில் அவளுக்குத் தெரியவில்லை. அவள் எப்படி தன் தம்பியை மறந்தாள். அவன் மறக்க முடியாத சில நாட்களாக இருந்தான், வாசல் புழுதியில் பதிந்த சிறு கால்தடங்களாக இருந்தான், மாலைவேளையில் உரக்கப் பாடும் சில கவிதைத்துணுக்குகளாக இருந்தான், நம்பிக்கையாக இருந்தான் . . .

அவள் எப்படி அதையெல்லாம் மறந்து போனாள்? பாதுகாப்பு நிறைந்த ஒரு திருமண வாழ்க்கைக்காக, அவனைத் தனது மனதிலிருந்து ஒதுக்கி வைத்தாள். இருப்பினும் அவள் அழவில்லை. வருத்தம் தெரிவிக்கவில்லை. சகதிபடிந்த கையால் தனது பாவாடையைப் பிடிக்க முற்பட்ட தம்பியிடம் அவள் முன்பொருமுறை சொன்னாள்:

“நீ அசுத்தமான கொழந்தை. என்னைத் தொடாதே.” அன்று அவன் அழுதான். அவளது மடியில் முகம் புதைத்து அழத்தொடங்கியபோது அவன் மீது பேரன்பைப் பொழிந்தாள்.

அவன் ஏன் அந்த அழுகையைக் கைவிட்டான்? வேதனையின் ருசியைச் சிரமப்படாமல் அனுபவிக்க அவன் கற்றுக் கொண்டான். வெறுக்கப்பட்டவனாக இருந்தபோதிலும் உதட்டை லேசாக வலதுபக்கம் கோணிச் சிரித்தான். இதெல்லாம் நான் எதிர்பார்த்ததுதான் என்கிற பாவனையில். அந்தச் சிரிப்பு ஒரு நடிப்பாக இருந்ததா? அவனுக்குத் துயரத்தைப் பொறுத்துக் கொள்ள தெரிந்திருந்தபோதிலும், ஏனொரு குடிகாரனாகிப் போனான்?

யோசிக்கையில் அவனது செயல்பாடுகளுக்கான தீர்வுகளையோ காரணங்களையோ கண்டடைய அவளால் இயலவில்லை.

அவன் ஒவ்வொரு நாளும் மாறிக்கொண்டேயிருந்தான். தனது தம்பி, அதைப் புரிந்துகொண்டபோது அவ்வப்போது கூறினாள்:

“தம்பி, இந்தப் பழக்கத்தைத் நிறுத்து. என்னை நெனைச்சாவது இந்தப் பழக்கத்தை நிறுத்து.”

“உனக்கும் உன்னோட புருஷனுக்கும் கேவலத்தை உண்டாக்குறேன் நான். இல்லியா?” மீண்டும் அந்தச் சிரிப்பு.

“உனக்கு நன்றி கெடையாதா?”

“பணம் தந்ததுக்கான நன்றி என்னைக்கும் இருக்குது. என்னைப் படிக்க வெச்சதுக்காக. பலதடவை ஒவ்வொரு வேலையா வாங்கித் தந்ததுக்காக. நீங்க ரெண்டு பேரும் இல்லைன்னா நான் பட்டினியால செத்திருப்பேன் ...”

“நீ அப்படிச் சொல்லாதே.”

அவள் அழுதுப் பார்த்தாள். அந்த அழுகையைக் கண்டு வெகுநேரம் அமைதியாக இருந்தான். முடிவாக, அந்தக் காட்சியை நிறைவுபடுத்துவதற்காகச் சொன்னான்:

“அக்கா, நான் திருந்த முயற்சிப் பண்ணுறேன்.”

ஆனால், உண்மையை மட்டும் பேசும் குணத்தை அவன் பின்பற்றியது கிடையாது. அவளது கண்கள் மீண்டும் இயல்பைப் பெறுவதற்காகவும் அவள் தரும் பணத்தை எடுத்து பாக்கெட்டில் போட்டு அந்த வீட்டை விட்டு வெளியேறி, தனக்குரிய அந்தரங்க வாழ்க்கையை நோக்கி ஒரு பெருச்சாளியைப் போல புகுந்து மறைவதற்காகவுமே அவனது உறுதிமொழிகள் இருந்தன.

இறுதியில் அவர்கள் பிரிய நேர்ந்தது. அவனது பெயர் ஒரு திருட்டு வழக்கில் அம்பலானது. காலை நாளிதழை வெறுப்புடன் தரையில் விட்டெறிந்த அவளது கணவன் ஒருமுறை கூறினான்: நான் சொன்னதெல்லாம் சரியாயிடுச்சு. படிச்சுப் பார். உன் தம்பி லாக்கப்ல இருக்கான்.”

அந்த நாளிதழின் அடிப்பகுதியில் ஒரு மூலையில் சிறிய எழுத்துகளால் அச்சடிக்கப்பட்டிருந்த அந்தச் செய்தியைத் தங்களுக்கு அறிமுகமானவர்கள் யாரும் வாசிக்கக் கூடாதென்று விரும்பினாள். பிறகு, தம்பிக்காகச் சாக்குபோக்குகள் சொல்லவோ, அவனது களங்கமின்மையைக் குறிப்பிட்டு கணவனை நம்ப வைக்கவோ ஒருபோதும் அவள் முன்வரவில்லை. சிறையை விட்டுத் தப்பியோடிய தம்பிக்கு அந்தப் பச்சைவர்ணம் பூசப் பட்ட வாசற்படியின் அருகில் நின்று அவளை அழைக்க தைரிய மில்லை. இவ்வாறு, அவர்களிடையே ஏற்பட்ட விரிசல் பின்னர் ஒருபோதும் சமன்படுத்த முடியாதவாறு அகன்றது.

தனது சொந்த வாழ்க்கைக்குள் முட்களை அகற்றுவதைப் போல நினைவுகளை உதறிவிட்டு நுழைந்தாள். அதில் மகிழ்ச்சியைக் கண்டடைத்தாளாவென்பதை விளங்கிக்கொள்ள அவளால் இயலவில்லை. ஆனால், அவள் மகிழ்ச்சிக்காக முயற்சித்தது கிடையாது. அதெல்லாம் அவளது தம்பிக்காக. ஆனால், அவன் மகிழ்ச்சியை எதிர்பார்த்தான். அதைத் தேடி

வாழ்க்கையின் இருட்டறைகளை நோக்கி, கஞ்சா நாற்றம் நிறைந்திருக்கும் நடைகூடத்தை நோக்கிப் போனான். அவன் கடுமையாகத் துன்பப்பட்டான். ஆனால் அவள்? தனது கணவனின் உத்தியோகத்திற்கு நன்மை உண்டாக்க சில கதர் உடையணிந்த பிரமுகர்களைக் கனிவுடன் உபசரித்தாள். ஒவ்வொரு மாதமும் குறிப்பிட்டத் தொகையைச் சில தொண்டு அமைப்புகளுக்கு நன்கொடையாக வழங்கினாள். கிளப்புகளில் தனது பெயரைப் பணியாளர்கள் மறந்துவிட கூடாது என்பதற்காக வாரம் ஒருமுறை ஒவ்வொரு இடமாகச் சென்று டென்னிஸ் விளையாடினாள். பல் உதிர்ந்த ஒரு இந்தி பண்டிதரின் எதிரில் அமர்ந்து உச்சரிப்புப் பிறழாமல் பேசக் கற்றுக்கொண்டாள். அவனோ, அதே நகரத்தின் வேறொரு மூலையில், கைவிலங்கும், மலிவான சாராயமும், உரத்துச்சிரிக்கும் பெண்களும், கருப்புக் காகிதத்தில் சுருட்டப்பட்ட சிகரெட்டும் சூழ்ந்த வேறோரு வாழ்க்கையில் அமிழ்ந்துகொண்டிருந்தான். அவர்களிருவரும் கடந்தகாலத்தை இழந்தார்கள். இருவருமாக அப்பாவுடன் வசித்த சிவப்புச்சுவர்களைக் கொண்ட வீடும் அதைச்சுற்றி மாறிமாறி வீசும் காற்றும் மழையும் வெயிலும் பனியும் எல்லாம் அவர்களை விட்டுவிலகிப் போயின. தங்கப்புள்ளிகளைக் கொண்ட கருப்பு மீன்கள் நீந்தும் வனத்தடாகமும் அதனுடைய நீலக்குளிரில் தூங்கிக்கொண்டிருக்கும் இளம்வெயிலும் கவிதையெழுத முயற்சிக்கும் ஒரு குழந்தையின் கனவுகளாக இருந்தன. அவனது கவிதைகள் இரட்டைக் கோடு நோட்டுப்புத்தகத்தில் பழசாகி, நிறம்மங்கிப் போனது. வருடங்களுக்குப் பிறகு சுருட்டை முடியைக் கொண்ட கவிஞனுக்குப் பதிலாக ஓர் அயோக்கியனையே உலகம் பார்த்தது.

யார் செய்த குற்றத்தின் பொருட்டு இப்படியெல்லாம் நிகழ்ந்தது? உடன் பிறந்த தம்பியைச் சந்திக்க அனுமதிக் கிடைக்காத அவளுடையதா? அல்லது தன்னையே நேசிக்கத் தெரியாத அந்த இளைஞனுடையதா? அவனொரு பெண்ணைத் திருமணம் செய்துகொண்டான். அவள் அவனை ஒதுக்கிவிட்டுச் சென்றாள். ஒவ்வொரு வேலையையும் விட்டு வண்ணத்துப்பூச்சியின் அதிருப்தியுடன், பொறுமையின்றி அடுத்ததை நோக்கி நகர்ந்துகொண்டிருந்தான். ஒருமுறை கருப்புக்கோடு போட்ட சட்டைக்குள் அகப்பட்டுக் கொண்டான். ஐந்து வருட காலம். ஆனால், வெளியில் வந்தபோது அவனது சிரிப்பு அழிந்து போயிருந்தது. அதற்கான காரணம் அவனுக்கு மட்டுமே தெரியும்.

அவள் இதையெல்லாம் கேள்விப்பட்டாள். இருப்பினும் அவனை விசாரிக்கவோ வரவழைத்து உரையாடவோ அவளுக்கு தைரியமில்லை. சொகுசு அவள் உடம்பில் இரண்டாவது

சரீரத்தைப் போல வளர்ந்துவிட்டது. அவ்வப்போது, அவள் குரலை உயர்த்தாமல் அழுதாள். தம்பி மீதுள்ள கரிசனம் அந்த அழுகைக்குக் காரணமாக இருக்கவில்லை. மனிதனால் தன் மீது எழும் கழிவிரக்கத்தைச் சகித்துக்கொள்ள முடியாதே...

"என்னை விட்டுடு. எனக்குக் கொஞ்சமும் முடியல."

அவள் ஞாபகங்களுக்கிடையில் அவனது வார்த்தைகளைக் கேட்டு, சட்டென்று பதட்டமடைந்தாள். அவன் கண்விழித் தான். கண்களைத் திறந்ததும் வியப்புடன் அவனைப் பார்த்துக் கொண்டிருந்தாள். அவள் நினைவில் வரக்கூடிய அவனது பழைய கண்கள் இப்படி நிறமிழந்தவையாக இருக்கவில்லை. இருட்டில் கருப்பும் வெயிலில் இளம் தவிட்டுநிறத்திலுமாக இருந்தன அவளது நினைவில் நின்றிருந்த கண்கள்.

அவன் கண்களை அகலமாக விரித்து அவளைப் பார்த்தான். அவை தண்ணீரில் மல்லாந்து செத்து மிதப்பதாக நினைத்துக் கொண்டாள்.

அவளைச்சுற்றிலும் அகலம் குறைந்த இரும்புக்கட்டில் களின் மீது படுத்திருந்த நோயாளிகள் அரற்றிக்கொண்டிருந் தார்கள். ஓரிருவர் எந்த உணர்ச்சி மாற்றத்தையும் வெளிப் படுத்தாத கண்களால் அவளையே பார்த்தவாறு படுத்துக் கிடந்தார்கள்.

அவள் வெள்ளைப்பருத்திப் புடவையை உடுத்திருந்தாள். இருப்பினும் முழு ஆரோக்கியத்தைக் கொண்ட தன்னால்அந்தப் பின்னணிக்கு எதிராக அமரும் அதிகாரம் இல்லையென்று உணர்ந்தாள். துன்பப்படும் மனிதர்களுக்கிடையில் காட்சியளிக்க மனசாட்சியைக் கொண்ட எந்த தேவதைக்கும் இயலுவதில்லையே. ஏழைகளுக்கு இலவசச் சிகிச்சை தரும் அந்த மருத்துவமனைக்கு அவள் வந்திருக்கக்கூடாது. அவள் யோசித்துப் பார்த்தாள். ஏழ்மையைத் வெளிப்படுத்தும் அக்கண்களும் அதைத்தானே அவளிடம் கூறிக் கொண்டிருந்தன?

அவள் சுற்றிலும் பார்த்தாள். இங்கு படுத்துக் கொண்டிருப் பவன் என் தம்பி. தோற்றத்தில் ஒற்றுமை எதுவுமில்லை. சரிதானே?

அவளது கண்கள் நம்பிக்கையூட்ட முயற்சித்தன. முன்பு ஒருமுறை நாங்களிருவரும் ஒரே தோற்றத்தில் இருந்தோம். சுருட்டை முடி, இளம் தவிட்டு நிறத்துடன் ஒல்லியான கைகால்கள். சற்றுப் பெரிய இரண்டு முன்பக்கப் பற்கள். ஒரே மாதிரியான நடை... எல்லோரும் சொன்னார்கள் இந்த

அக்காளுக்கும் தம்பிக்கும் தோற்றத்தில் ஒற்றுமை இருக்கிறது. அவர்களின் தந்தை அதைக் கேட்டுச் சிரிப்பதுண்டு. நீங்கள் இருவரும் அம்மாவைப் போல இருக்கிறீர்கள். நானொரு பாதுகாப்பாளன் என்று சொன்னாலும் யாரும் நம்பிவிடுவார்கள். அப்பாவுக்கு எந்தவித அழகுமில்லை. எங்களுடன் பேசக்கூடிய வார்த்தைகளைத் தவிர்த்து...

தற்போது அப்படியொன்றும் தெரியவில்லை. சரியா? நான் அழகானவள். செல்வம் படைத்தவள். எப்போதும் பளபளக்கும் கை நகங்களைப் பார்த்து பலரும் சொல்வதுண்டு. உங்களுக்கு வார்னீஷ்கள் தேவைப்படாது. நீங்கள் அழகானவர். என்னுடைய இந்தத் தம்பி? வியர்வை வழியும் வீங்கிய முகத்தையும், உப்பிய கன்னங்களையும், கலங்கிய மஞ்சள்கண்களையும் கொண்ட ஒரு நோயாளி. ஏழை...

"யாரது?"

அவனது குரல் முரட்டுத்தனமாக ஒலித்தது. தேவைப்படும் இடத்தில் உயர்த்தவும் தணிக்கவும் தெரியாத ஓர் அநாகரிக மனிதனின் குரலாக இருந்தது.

"உங்களை என் அக்காவென்று தவறாகக் கருதிவிட்டேன். மன்னிக்க வேண்டும்."

அவள் அவனது நெற்றியில் உள்ளங்கையை வைத்துப் பார்த்தாள். காய்ச்சலை அவள் எதிர்பார்க்கவில்லை. அவளுக்குச் சட்டென்று கோபம் எழுந்தது.

"இங்க நர்ஸ்களும் டாக்டர்களும் யாரும் கெடையாதா? என்ன ஆஸ்பத்திரி இது!"

ஒரு நோயாளி போர்வையை விலக்கி உரக்கச் சிரித்தான். அந்தச் சிரிப்பில் தெரிந்த ஏளனம் அவளை வேதனைப்படுத்தியது. அவளைச்சுற்றிப் போர்வையை மூடிப் படுத்துக் கிடக்கும் மனிதர்கள் அனைவரும் இறந்து போனவர்களென்று சட்டென உணர்ந்தாள்.

"என் அக்கா பத்து வருடத்துக்கு முன்பு உங்களைப் போலவே இருந்தாள். இப்போது அவள் மிகவும் மாறிவிட்டாள்..."

அவள் மீண்டும் அவனுடைய நெற்றியைத் தொட்டாள். ஆனால், ஏனோ அவளால் பேசமுடியவில்லை.

"என் அக்காவுக்குத் தகவல் கொடுக்கும்படி ஒரு பையனை அனுப்பியிருந்தேன். என் கையில் சம்பாத்தியமாக நாலணா மட்டும் இருந்தது. அதை அவன் எடுத்துச் சென்றுவிட்டான்.

சந்திக்க இயலாவிட்டாலும் அக்கா பணத்தை அனுப்பியிருப்பாள். அந்தப் பையன் என்னை ஏமாற்றிவிட்டான்."

அவனது கைகள் போர்வைக்குள்ளிருந்து வெளியே வந்து அவளை நெருங்கின. கை நகங்கள் மிகவும் அசுத்தமாகக் காணப்பட்டன. இருப்பினும், அவனால் அவளை அடையாளம் காண இயலவில்லை. "எனக்கு கொஞ்சம் பணம் கிடைத்தால் உயிருடன் இருப்பேன். நான் மதுவருந்தி ஒருவாரமாகி விட்டது. எனக்கு இங்கிருந்து கிளம்பிப்போவதற்கான வலிமை கிடையாது. ஆனால், எதற்காக உங்களிடம் இதையெல்லாம் சொல்கிறேன்?"

அவனது கைகள் படுக்கைவிரிப்பில் மடங்கி நிமிர்ந்து கொண்டிருந்தன. அவள் முகத்தைப் பார்த்துக்கொண்டிருந்த போதும் அவனது கண்கள் வேறு எதையோ கவனிப்பதாக அவளுக்குத் தோன்றியது. குடிப்பழக்கம் அவனிடம் ஏற்படுத்திய மாற்றம் இதுதானா? தூரத்தில் இருக்கும் தனது காலரி வசிப்பிடத்தை ஒதுக்கி, அவனுடனான ஒரு நாடகத்தில் பங்கேற்க அவளால் இயலவில்லை.

"இவர்கள் காய்ச்சல் மருந்தையே எனக்குத் தருகிறார்கள். ஆனால், நான் இறந்துவிடுவேன். ஏனெனில், என்னுடைய கல்லீரல் முழுவதுமாகக் கெட்டுப் போய்விட்டது. எனக்கு அடிக்கடி உண்டாகும் மயக்கம் இரண்டு நாட்கள் வரை நீடிக்கிறது. நான் இப்போதே செத்துப் போய்விட்டேன். இந்த வலியும் பார்வை மங்கலும் களைப்பும் மட்டும்தான் உயிருடன் எஞ்சியிருகின்றன ..."

அவளது கையை எடுத்துத் தனது கன்னத்துடன் சேர்த்துக் கொண்டான்.

"நீங்கள்யார், எதற்காக வந்திருக்கிறீர்களென எனக்குத் தெரியாது. ஆனால், நான் யாரிடமாவது பேச வேண்டுமென்று விரும்பியவேளையில் வருகை தந்திருப்பது நல்லதாயிற்று. என்னால் ஓய்வெடுக்க முடியவில்லை. சுகவீனம் என் ரத்தத்துடன் கலந்துவிட்டது. அதை மறக்க என்னால் இயலவில்லை. கொஞ்சம் குடிக்க முடிந்தால்... ஆனால் நீங்கள் யாரும் எனக்கு உதவ மாட்டீர்கள். விஷத்தை விஷத்தால் மட்டுமே எடுக்க முடியும் என்பது உங்களுக்குப் விளங்குவதில்லை..."

அறையில், வேறொரு நோயாளி எழுந்து நின்று உரக்கக் கத்தத் தொடங்கினான். அவனொரு கிழவன். அவனது மஞ்சள் நிற விரல்களையும் கலங்கிய கண்களையும் பார்த்து அவள் சொன்னாள்:

"எப்படி இருந்தாலும் கொல்வது பாவம்."அவளுடைய தம்பி தலையைத் திருப்பி அவளைப் பார்த்தான்.

"நீங்கள் என்ன சொன்னீர்கள்?" அவள் அதற்குப் பதிலளிக்க வில்லை. நேற்று பல நண்பர்களுடன் அமர்ந்து உரையாடிக் கொண்டிருக்கையில் அவளது கணவன் சொன்னான்: "என் கருத்துபடி அப்படிப்பட்டவங்களைச் சுட்டுக் கொல்லுறதுதான் நல்லது."

அவர்களின் வீட்டிலிருந்து சற்றுத் தூரத்தில் தபால் அலுவலகத்தின் எதிரில் ஓரிரண்டு நாட்கள் தங்கியிருந்த ஏழை நோயாளிதான் பேச்சு விஷயம். அந்த மனிதன் நோயாளியாக இருந்தானென்று யாருக்குத் தெரியும். ஆனால், அவனது மெலிந்த கைகால்கள் படுத்திருந்த இடத்திலிருந்து அசையவேயில்லை. மஞ்சள்நிற முகம். வெளிச்சத்தை ஏற்க மறுப்பதைப் போல எப்போதும் இடுங்கிய கண்களில் மெல்லிய ஓர் ஒளிர்வு. அவள் கணவனுடன் நடைபயிற்சிக்காகப் போயிருந்தாள். கணவன் குனிந்து பார்த்துச் சொன்னான்:

"இவங்களெல்லாம் வாழறது வீண்."

பாக்கெட்டிலிருந்து எடுத்த நாணயம் தரையில் விழுந்தது. இருப்பினும் அந்தக் கிழவன் அதையெடுக்க முயலவில்லை. ஒருவேளை பணத் தேவையை அவன் மறந்துபோயிருக்கலாம் . . .

"நான் உங்களைப் போன்ற ஒரு பெண்ணைக் காதலித் திருக்கலாம்."

அவள் தலைநிமிர்ந்து பார்த்தாள். மூட்டம் படிந்த கண்களால் அவளையே வெறித்துப் படுத்துக் கிடந்தான் அவளுடைய தம்பி.

"பலதடவை என் அக்கா வீட்டுவாசலில் போய் நின்றேன். அழைப்பதற்கான தைரியமில்லை. மாடி வராந்தாவில், சிலசமயம் வானத்தைப் பார்த்து நின்றுகொண்டிருப்பாள். நான் சற்று நேரத்தில் வீட்டுக்குத் திரும்பிவிடுவேன். எச்சிலும் சிறுநீரும் நாறும் படிக்கட்டுகளிலேறி என் சிறிய வாடகை வீட்டுக்கு போவேன். அங்கு ஜன்னல் ஓரமாக நின்று நானும் வானத்தைப் பார்ப்பேன். வானம் எங்களிருவருக்கும் பொதுவானதுதான்."

அவள் அவனது கைகளை எடுத்து தனது மடியில் வைத்தாள். அவளது கண்கள் நிரம்பி வழிவதை அவன் கவனிக்கவில்லை.

"ஒரு காலத்தில் நானும் என் அக்காவும் ஒன்றாக இருந்தோம். ஒருநாள் அதிகாலையில் கண்விழித்து இருவரும் வாசலில் அமர்ந்து செவ்வொளி வீசும் மத்தாப்பையும் பூச்சட்டிகளையும் கொளுத்தினோம். அன்று விஷுபண்டிகை நாள் ..."

அவனது நெற்றியில் கைவிரல்களை வைத்தாள். அது உரிமையின் ஓர் அடையாளமாக இருந்தது.

“அப்புறம் என்ன ?.”

“... நான் கவிதைகள் எழுதினேன். தங்கப்புள்ளி மீன்கள் நீந்தும் தடாகங்களைக் கொண்ட ஒரு நாட்டைக் கண்டுபிடித்தேன். பெரும் மரங்களின் இலைகளுக்கிடையில் வழிந்து தரையில் விழும் வெயில் நிலவைப் போல இதமாக இருந்தது. இரவுவேளைகளில் முகத்தில் இளம்பச்சை நரம்புகளைக் கொண்ட ஒரு பெண்ணாக இருந்தது நிலா ... என் அக்கா ஒருதடவை சொன்னாள், நீ பெரியவனானதும் ஒரு கவிஞனாகி விடுவாய் ...”

அவன் கடந்தகாலத்தை நோக்கி இந்தத் திறவுகோலைப் பயன்படுத்துவானென்று அவள் ஒருபோதும் நினைத்துப் பார்த்ததில்லை. அவன் மறக்கவில்லையென்று தெரிந்தும், மறந்துவிட்ட பாவனையில் அமைதியாக இருக்க அவளால் இயலவில்லை. அவள் தனது உள்ளங்கையை அவனது முகத்தோடு சேர்த்தாள்.

“அதிகம் பேசாதே.”

அந்தக் நாட்களைப் பற்றிக் கேட்க அவள் அச்சப்படவில்லை. ஆனால், அவளைப் பிரிந்து போனப்பிறகு நிகழ்ந்த பிந்தைய பத்து வருடங்களைப் பயந்தாள். அவற்றைக் குறித்துப் பேசத் தொடங்கிவிட்டால், திருட்டுவேலை பற்றிய சித்திரங்களை அவளிடம் காட்டுவதற்காக வெளியே எடுத்துவிட்டால், தனது நிம்மதி முழுவதுமாக அழிந்துவிடுமென்று கருதினாள்.

“நான் துரதிர்ஷ்டசாலி, அக்கா என் அதிர்ஷ்டமாக இருந்தாள். அவள் வீட்டை விட்டுப் போனதும் அப்பா இறந்து போனார். சிவப்புச் சுவர்களைக் கொண்ட அந்த வீட்டில் தனிமையில் அமர்ந்து அழுதேன். பரண் மீது எங்கோ தேனீக்கள் ரீங்கரித்துக்கொண்டிருந்தன ...”

அவள் அழாமல் இருக்க முயன்றாள். ஆனால், முடியவில்லை.

“நான் படிப்பை நிறுத்தினேன். நான் எதற்கும் லாயக்கற்றவனென்று எனக்கே புரிந்துவிட்டது. வேலைகளை இழந்தேன். எல்லோரும் என் மீது கோபப்பட்டார்கள். ஆனால், தங்கப் புள்ளி மீன்களும் தடாகங்களில் உறங்கிக்கொண்டிருக்கும் இளம்வெயிலும் இளம் பச்சைநிற மதியவேளைகளும் என் செல்வங்களாயின. இருப்பினும் நான் நாசமானேன். என் மனைவி என்னை விட்டு வேறு ஒருத்தனுடன் ஓடிப் போனாள். என் நண்பர்கள் எனக்கெதிராக நீதிமன்றத்தில் சாட்சியம்

அளித்தார்கள். நான் மலிவுவிலை சாராயத்தை குடித்து விளக்குக் கம்பத்தின் அடியில் போய்ப் படுத்தேன் ...”

அவன் முகம் வெளிறிக்கொண்டிருந்தது! அவளது கைவிரல்கள் அந்தக் கன்னங்களைத் தொட்டன.

“நீங்கள் எதற்காக என்னைத் தொடுகிறீர்கள்? என் கையில் பணம் இல்லை. இனி எனக்கு எந்தப் பெண்ணும் அவசியமில்லை ...”

“நான் உன்னை அழைச்சிட்டுப் போவேன். என் வீட்டுக்கு ...”

அவன் அதைக் கவனிக்கவில்லை.

“நான் உலகத்தின் கலங்கிய கண்ணில் ஒரு தூசியைப் போல நகர்ந்துகொண்டிருந்தேன். எந்தக் காட்டு விலங்கிற்கும் படுக்க ஓரிடம் இருக்கும். எனக்கு எதுவுமில்லை. ஏனெனில் என் அக்கா போனதும் என் அதிர்ஷ்டமும் போய்விட்டது. அப்பா இறந்த பிறகு சிவப்புச்சுவர்களைக் கொண்ட எங்கள் வீடும் இடிந்து போனது. சமையலறை சுவரை நான் ஒருமுறை பலமாக உதைத்தேன். அந்த வீடு இடியுமெனில், அந்த அறைகளில் உறைந்து கிடந்த ஒவ்வொரு காட்சிகளும் சுற்றுப்புற காற்றில் கரையுமெனில் அது என் கைகளால் நிகழட்டும் எனக் கருதினேன். நான் நேசித்த அந்த வீட்டை நானே அழிக்க விரும்பினேன் ...”

நினைவுகள் ஒன்றுடன் ஒன்று மோதிக்கொண்டன. அவளும் அந்தச் சிவப்பு வீட்டை நினைவுகூர்ந்தாள். அதனுடைய பின் வராந்தாவில் ஓர் அலுமினியக் கிளிக்கூண்டு தொங்கிக் கொண்டிருந்தது. அதிலிருந்த பறவை அவர்களிருவரும் பிறப்பதற்கு முன்பாகவே இறந்து போயிருந்தது. ஆனால் அந்தக் கிளிக்கூண்டை யாரும் கழற்றி எடுக்கவில்லை. காற்றடிக்கும் போதெல்லாம் அந்தக் காலிக் கிளிக்கூண்டு கிலுங்கிக்கொண்டிருந்தது.

“நான் ஒருபோதும் அமைதியடைந்ததில்லை. கோழிகள் கூட ஒற்றைக்காலில் ஓய்வெடுத்தன. நான் ஓய்வின்றி உழைத்தேன். எனது சிந்தனைகள் கொந்தளிக்கும் அலைகளைப் போன்றிருந்தன. எனது நிலவு ஒருபோதும் தேயவுமில்லை; ஒருபோதும் வளரவுமில்லை. நான் எனது நினைவுகளை அகற்ற முயன்றேன். வெளிச்சம் நெருங்கும்போது விரைந்து வெளியே பறக்கும் வெளவால்களைப் போல அவற்றை விரட்ட விரும்பினேன். அவை வேறு ஏதோ சாய்ப்பில் போய் தொங்கட்டும். என்னிடம் வேண்டாம். ஆனால், என் மனம் வெளிச்சமில்லாத சலனமில்லாத ஆன்மா இல்லாத எங்கள் வீட்டைப் போலாகி விட்டது ... வெளவால்களின்

நாற்றம். மங்கலாக எரியும் ஒரு விளக்கு. இரண்டு குழந்தைகளை ஒருசேரப் போர்த்தக்கூடிய ஒரு மஞ்சள் போர்வை ...”

அவள் எழுந்து, புடவைச் சுருக்கங்களை உதறிச் சரிப்படுத்தினாள். அவன் அப்போதும் பதைபதைக்கும் குரலில் பேசிக் கொண்டிருந்தான். மற்றவர்கள் கேட்க வேண்டும் என்பதற்காக அல்ல. ஆனால், சிந்தனைகளின் வேகத்தில் அந்த வார்த்தைகள் அறையில் நிறைந்தன; அவனது கண்கள் மூடியிருந்தன.

“புலம்பினது போதும். மத்தவங்களுக்குத் தொல்லை.”

அவள் திரும்பிப் பார்த்தாள். அறை வாசலில் ஒரு நர்ஸ் நின்றிருந்தாள்.

“யார் இது, மிஸிஸ் மேனனா? நீங்க எப்படி இங்க வந்தீங்க?”

அவள் அந்த நர்ஸைப் பார்த்துச் சிரித்தாள். முன்பு எங்கோ அவளைச் சந்தித்த நினைவு.

“நான் டாக்டர் பட்டேலோட ஆஸ்பத்திரியை விட்டு வந்திட்டேன். என் கண்கள்ல பாதிப்பு வந்ததும் என்னை அனுப்பிட்டார்.”

“அய்யோ, கஷ்டம்தான்.”

“இத்தனை காலம் அந்த ஆளுக்குச் செஞ்ச உதவியோட பலனை அனுபவிச்சிட்டேன். எனக்கு ஒவ்வொரு மாசமும் சம்பளத்தைக் கூட்டித் தரலை.”

“இப்ப இங்க எப்படி?”

“இங்க வேலை அதிகமில்ல. ஆனா, இந்த ஏழைகள் நெனைச்சா அவங்களால ஒரு தேநீரைக் கூட தரமுடியாதே. பட்டேலோட ஆஸ்பத்திரியிலேர்ந்து எனக்குப் பலதடவை ஏதாவது கெடைச்சிட்டு இருந்தது. நீங்க தந்த கம்மலை இப்பவும் என் மகள் போட்டுட்டு இருக்கா.”

“அப்படியா?”

உங்களைப் பார்த்தது ஆச்சரியமா இருக்குது. எதுக்காக இங்க வந்திருக்கீங்க. உங்க வேலைக்காரங்க யாரச்சும் உடம்பு சரியில்லாம படுத்திட்டு இருக்காங்களா?”

“இல்ல. யாருமில்ல. நான் இன்னைவரை ஒரு தர்ம ஆஸ்பத்திரியைப் பார்த்ததில்ல. அதுனாலதான் ...”

“அதுசரி” சமூக சேவை பண்ணிட்டு இருக்கீங்க இல்லியா? இங்க நடக்கற விஷயத்தப் பத்தி மத்தவங்ககிட்ட பேசறப்ப

என்னோட விஷயத்தை மறந்திடாதீங்க. எனக்கு இங்க மதியச் சாப்பாடு கெடைச்சா நல்லா இருக்கும். பக்கத்துல எங்கேயும் ஒரு கடைகூட இல்ல. பெறகு நோயாளிகளோட பாலையும் கஞ்சியையும் எடுத்துக்குடிக்க எனக்குத் தெரியாது. அதெல்லாம் இங்க இருக்கற சின்னவயது நர்ஸ்களாலதான் முடியும். கண்ணுல ஈரம் இல்லாத சாதி ...”

சற்றுநேரத்திற்குப் பிறகு நர்ஸ் அறையை விட்டுப்போனதும், அவள் தனது தம்பியின் உள்ளங்கையை விரித்து அதிலொரு நூறுரூபாய் தாளைத் திணித்துவிட்டு சொன்னாள்: “என்னை மன்னிச்சிடு.”

பின்னர் வேகமாக மருத்துவமனையை விட்டுவெளியே வந்தாள். கார் கதவைத் திறந்து நின்றிருந்த தனது டிரைவரிடம் கூறினாள்:

“அலாவுதீன், போற வழியில ஒரு அஞ்சு நிமிஷம் அந்தக் கோயிலுக்குப் போயிட்டு வரணும். நான் பிரார்த்தனை பண்ணி கொஞ்ச காலமாச்சு.”

**(1956)**

# பொய்கள்

குழந்தை இரண்டாம்முறை கண் விழித்து எழுந்தபோது அம்மா அவனெதிரில் நின்றிருந்தாள்.

"அம்மா, அம்மா" அவன் சட்டென்று எழுந்து அமர்ந்தான். "என்னைத் தூக்கு." அம்மாவின் கைகள் குளிர்ச்சியாக இருந்தன. அவனை முத்தமிடுகையில் அம்மாவின் கண்களில் நீர் திரண்டது.

"அம்மா போய் எத்தனை நாளாச்சு?" அவன் தவிப்போடு ஏறிட்டுப் பார்த்தான். அவனை அப்பாவிடமும், முரட்டுக் கைகளையுடைய சமையற்காரனிடமும் நிர்க்கதியாய் விட்டுச் சென்றதற்காக அம்மாவை ஒருபோதும் மன்னிக்கப் போவதில்லை என்ற தீர்மானத்தில் இருந்தான். அவனது அபிப்பிராயத்தை யாருமே கேட்டறியவில்லை. யாரும் அவனுடைய சம்மதத்தைப் பெறவில்லை. அம்மா திரும்பி வரும்போது நான் சிரிக்கமாட்டேன். பார்த்ததும் மகிழ்ச்சியைக் கூட வெளிக்காட்ட மாட்டேன் என்ற யோசனைகளெல்லாம் அவனுள் இருந்தன. ஆனால் அம்மாவின் கரங்களை எட்டியவுடன் அவன் ஏக்கத்தால் அழத் துவங்கினான். "என்ன அப்பு நான் போய் ரெண்டு நாள்தானே ஆச்சு?" அம்மா அவனைத் தூக்கிச் சமையற்கட்டுக்குள் போனாள். நாற்காலியை மேசை பக்கம் இழுத்துப் போட்டு அவனை இருத்தினாள். அப்பா வேறொரு நாற்காலியில் செய்தித்தாளுடன் அமர்ந்திருந்தார். "இன்னிக்கு அப்பு எங்ககூட உட்கார்ந்து காப்பி குடிக்கணும். அப்புறமா நான் கொண்டு வந்த

பலகாரங்களைத் தருவேன்.” அம்மா அலமாரியைத் திறந்து இரண்டு டின்களை எடுத்து வந்து மேசை மீது வைத்தாள்.

அம்மா என்னை சந்தோஷப்படுத்த முனைகிறாள். என்னை முட்டாளாகக் கருத இடமளிக்கக் கூடாது.

“எனக்கு வேண்டாம்.”

செய்தித்தாளைக் கீழே இறக்கி அப்பா அவனைப் பார்த்தார். பிறகு சிகரெட்டை உதட்டிலிருந்து எடுத்துப் புகையை மெதுவாக ஊதினார்.

“கோபப்படாதே, அவனை.”

“நீதான் ராதா, அவனை கெடுத்து வெச்சிருக்கிறே. சொல்ற எதையும் கேக்கறதில்லை. ரொம்ப அதிகப்பிரசங்கி.”

“பாவம் சின்னக் குழந்தைதானே?” அம்மா அவனது தட்டில் ஒரு சிறிய லட்டையும் ஒரு முறுக்குத் துண்டையும் வைத்தாள். அப்பா சிகரெட்டை வாயிலிருந்து எடுத்து, உதட்டை லேசாகக் குவித்து அவனை வெறித்தவாறு புகையைவிட்டார்.

லட்டில் அளவுக்கு மீறின தித்திப்பு. முறுக்கை வாயில் வைத்துக் கடித்து மெல்லும்போது அவனுக்குத் தோன்றியது. நான் அனைத்தையும் அம்மாவிடம் சொலவேன. அம்மா இல்லாதபோது நடந்த அனைத்தையும். புளித்த மோர் சேர்த்த சாதத்தைச் சாப்பிடத் தந்ததை, விளக்கை அணைத்ததை, அறையில் தனியே தூங்க வைத்ததை, ஸ்டெல்லா வந்தபோது இரவு நெடுநேரம் மாடிப்படியின் கீழே சில ஆட்களுடன் கூப்பாடு போட்டு ரகளை செய்ததை, சிரித்ததை, புட்டிகளை உடைத்ததையெல்லாம் சொல்வேன். அப்புறம் அம்மா அவனைப் படுக்கையில் கிடத்தும்போது சொல்லமாட்டாள். “அப்பாவுக்கு அப்பு மேலே எத்தனை பாசம் தெரியுமா? அப்பு அப்பா சொல்றதையெல்லாம் கேக்கணும்” என்று. அம்மா புரிந்து கொள்ளட்டும் அப்பா எவ்வளவு மோசமானவர் என்று. அதன்பிறகு அப்பா ஆபிசிலிருந்து சாயந்திரம் திரும்பியதும் அம்மா இவனை மறந்துவிடமாட்டாள்.

“அப்பு. குறும்பு ஒண்ணும் பண்ணலியே? இங்கே என்னமோ, ஏதோங்கற யோசனையிலே நான் கொஞ்சம்கூட நிம்மதியா இருக்கலை.”

அப்பா அம்மாவின் கையைப் பிடித்திழுத்து மடியில் உட்கார வைத்தார். அவன் அதைப் பார்க்காத பாவனையில் தலையைக் கவிழ்த்துக்கொண்டான். லட்டை உடைத்துத்

தட்டில் பரப்பினான். பார்த்தால்தானே அப்பா அம்மாவைத் திட்டுவார்? அம்மா வருவதற்கு முந்தைய நாள் இரவில் மாடிப்படியிறங்கி அவன் கீழே சென்றபோது அப்பாவின் மடிமீது ஸ்டெல்லா அமர்ந்திருந்தாள். ஸ்டெல்லா சாயங்காலமே போய்விட்டாளென்று நினைத்திருந்தான். எல்லோரும் தூங்கும் நேரத்தில் விளக்கை எரிய விட்டு எதற்காக ஸ்டெல்லா அப்பா வின் மடிமீது அமர்ந்திருக்கிறாள்? 'ஸ்டெல்லா!' மாடிப்படி கைப்பிடியில் சாய்ந்து நின்று கம்பிகளுக்கிடையிலூடே மெதுவாக அழைத்தான். ஸ்டெல்லா தலையுயர்த்தி அவனைப் பார்த்துப் புன்னகைத்தாள். ஆனால் எதுவும் பேசவில்லை. சற்று நேரம் கழித்து தொண்டை வலிப்பது போன்ற குரலில் அப்பா வினவினார். "நீ எதுக்கு சும்மா சிரிக்கிறே?" ஸ்டெல்லா எதுவும் பேசவில்லை.

"சொல்லு."

"குழந்தை!"

ஸ்டெல்லா அப்பாவின் முகத்தைத் திருப்பி அவனிருந்த திசையில் சுட்டிக் காட்டினாள். அப்பா துணுக்குற்று எழுந்தார். ஸ்டெல்லா விழுந்துவிட்டாளென்று தெரிந்தது. பிறகு அப்பா அவனைத் தூக்கியெடுத்து மாடிக்குப் போனார். விளக்கை எரியச் செய்து அவனைக் கட்டிலின்மேல் கிடத்தி என்னென்னவோ பேசினார். சிறிது நேரம் அவனது பாதங்களை வருடினார். அவன் கேட்டான்.

"ஸ்டெல்லா ஏன் இன்னும் வீட்டுக்குப் போகாமல் இருக்குறா?"

அப்பா எழுந்து கால்மாட்டில் இருந்த ஜன்னலை சாத்தினார். "இப்போ போயிடுவா. ராத்திரி ஆகறதுக்குள்ளே போயிடுவா."

"இப்போ ராத்திரிதானே?"

"குழந்தைகளுக்குத்தான். பெரியவங்களுக்கு இப்பத்தான் சாயந்திரமாகுது."

இது ஒரு பொய்யென்று புரிந்துகொண்டான். ஏனெனில் அம்மாவின் அருகில் படுத்துத் தூங்கும் வேளைகளில் சிலசமயம் நடுவே விழித்தெழும்போது அந்த அறையில் குருவிக்கடிகாரம் 'கூகூ'வெனச் சத்தமெழுப்பும். அப்போது அம்மா உறங்கிக்கொண்டிருப்பாள். பிறகு அவன் அம்மாவின் மீது ஏறிப்படுத்து காதில் ஊதி அவளை எழுப்புவான் தண்ணீர் அருந்துவதற்காக. எனவே அப்பா இப்போது சொன்னது பொய்.

பொய்கள்

அவன் மாடிப்படியிறங்கும் போது குருவிக்கடிகாரம் பலதடவை சத்தமெழுப்பியது. "அப்பா என்னோட பக்கத்திலே படுங்க. எனக்குத் தூக்கம் வர்றதில்லை."

"அப்பு படுத்துக்க. நான் இப்போ வந்திடுறேன்."

அப்பா கதவை மெதுவாகச் சாத்தி வெளியே செல்கையில் மறுபடியும் கேட்க விரும்பினான்.

ஸ்டெல்லா ஏன் இன்னும் வீட்டுக்குப் போகாமல் இருக்குறா? அதற்கு யாரும் விடை சொல்லவில்லை. ஆனால் கீழே அப்பாவின் உரையாடல் நீண்ட நேரம் கேட்டுக்கொண்டிருந்தது. கடுமையான குரலில். பின்னர் ஸ்டெல்லாவின் விசும்பலுக்கிடையே இனிய குரலிலும் ...

காலையில் கண்விழித்த பின்னும் குதிரை மீதேறி ஆகாயத்தி னூடாகப் பறந்த அக்கனவை அவன் சிறிதும் மறந்திருக்கவில்லை.

"அம்மா நான் குதிரை மேலேறி ரொம்ப தூரம் போனேன்."

"எப்போ?"

"அம்மா இல்லாதபோது. அப்புறமா சாயந்திரம் ஸ்டெல்லா வந்ததும்."

"யாரு?"

அப்பா செய்தித்தாளை இறக்கி அவனது முகத்தை உற்றுப் பார்த்தார். கனன்றுகொண்டிருந்த சிறிய சிகரெட் துண்டை அவரது உதடுகள் கவ்விக்கொண்டிருந்தன.

"ஸ்டெல்லா ல்லே ஸ்டெல்லா? உயரமான ஸ்டெல்லா? மூஞ்செல்லாம் சாயம் பூசிட்டு..."

அப்பா சிகரெட்டை டீ கோப்பையின் தட்டில் வைத்து நசுக்கி அணைத்து சத்தமாகச் சிரித்தார்.

"முதல்லே குதிரைன்னு சொன்னான். இப்போ ஸ்டெல்லா... இதெல்லாம் இவன் கனவு காணுறானா, எல்லாத்தையும் யோசிச்சு வெச்சுச் சொல்றானா?"

அம்மா அவனது பாலில் நிறம் சேர்க்க சிறிது காப்பியை ஊற்றி அவனெதிரில் வைத்தாள். அம்மாவின் முகத்தில் சிரிப்பு மலர்வதற்கான ஒரு பாவனை தென்பட்டது.

அப்பா தன்னைக் கூர்ந்து பார்ப்பதைப் போல உணர்ந்தான். இப்போது என்ன செய்யலாம் என்கிற யோசனையில் ஆழ்ந்தான்.

“ஸ்டெல்லா, ஒவ்வொரு பேரா இவனுக்கு எங்கிருந்துதான் கெடைக்குதோ, ஒரு நாளைக்கு எத்தனை பொய் சொல்றான்னு உனக்குத் தெரியுமா, ராதா?”

அப்பா மீண்டும் ஒரு சிகரெட்டை எடுத்துக் கொளுத்தினார். தீக்குச்சியை வீசியணைத்தார்.

“அவன் சின்னக் குழந்தைதானே?” அம்மா காப்பியை அவனது தட்டில் ஊற்றி ஆற்றினாள்.

“இந்தப் பொய் பேசுற சுபாவத்தை நான் அடி கொடுத்து இல்லாம பண்ணுவேன்.” அப்பாவின் முகத்தில் சீற்றம் இருந்த போதிலும் அப்பா இவனது முகத்தைப் பார்க்கவில்லை. பொய் பேசியது யார்? நானா அப்பாவா? குதிரை மீதேறி சவாரி போனதும் ஸ்டெல்லா வந்ததும் எல்லாமே கனவு கண்டதா? அவன் கண்ட கனவுகளில் மனித முகங்கள் இத்தனை துலக்கமாக இருந்ததில்லை. ஸ்டெல்லாவின் சாயமிட்ட நகங்களும் அவளது கலகலத்த சிரிப்பும், அவளது ஆடையின் நறுமணமும் இப்போது கூட நினைவில் நிற்பதற்குக் காரணம் ஸ்டெல்லா கனவில் வந்தவள் இல்லை என்பதால்தான்.

மாலையில் சமையல்காரன் வீட்டிற்குத் திரும்பிப் போவதைக் காண இவன் பாதையோரத்தில் போய் நின்றிருந்த வேளையில் தான் ஸ்டெல்லா வந்தாள். அவனது மோவாயைத் தடவியபடி விசாரித்தாள்.

‘இங்க அம்மா இல்ல? நான் அம்மாவை பார்க்கத்தான் வந்தேன்.’ பிறகு என்னவோ சொன்னாள். அப்பாவும் ஸ்டெல்லா வும் இவனுக்கு விளங்காத மொழியில் நீண்ட நேரம் சிரித்துச் சிரித்துப் பேசிக்கொண்டிருந்தார்கள். தேநீர் பருகிவிட்டு, கிளம்ப முற்படுகையில் கேட்டாள். ‘குழந்தை ஸ்டெல்லாவை மறக்க மாட்டே இல்லே?’ இதெல்லாம் பொய்யா? குதிரையின் முகம் நினைவில்லை. பாயும்போது ஆகாயத்தில் கிளம்பிய வெண்தூசு மட்டுமே நினைவிலிருக்கிறது. அது கனவாக இருக்கலாம். ஆனா ஸ்டெல்லா…

அப்பா எழுந்து நின்று சிகரெட் துண்டைத் தரையில் போட்டு நசுக்கியபடி சொன்னார்.

“இனி இந்த மாதிரி பொய்களைத் தயார் பண்ணிச் சொன்னா நான்…”

“எதுக்கு வீணா கோபப்படுறீங்க? அவன் சின்னக் குழந்தை தானே?” அம்மா அவனை வெளியே எடுத்துப் போனாள்.

முற்றத்தில் பாயை விரித்து உட்கார வைத்தாள். மரப்பெட்டியி லிருந்து காதுபோன முயலையும் சிவப்பு லாரியையும் கட்டைத் துண்டுகளையும் தரையில் எடுத்து வைத்தாள். "அப்பு விளையாடு."

அப்பா செய்தித்தாளை எடுத்துக்கொண்டு படுக்கையறைக்குப் போனார்.

அம்மாவும் அவனும் தனிமையில் இருந்தபோது அம்மா அவனது கைகளைத் தனது கைகளுக்குள் வைத்துச் சொன்னாள். "அப்பு பொய் பேசக்கூடாது தெரிஞ்சுதா. நீ பெரியவனாகி அப்பா மாதிரி ஆகணும் இல்லையா?"

அம்மாவின் கரங்கள் இதமாக இருந்தன. அம்மாவின் நெற்றியில் இட்டிருந்த குங்குமத்தில் கொஞ்சம் மூக்கின் மீது சிதறி யிருந்தது. அம்மா மிகவும் அழகாக இருப்பதாய்த் தோன்றியது. அவன் கேட்டான். "குதிரையைப் பத்திக்கூட சொல்லக் கூடாதா அம்மா?"

(1956)

# நீர் மாதுளையின் பூக்கள்

அவள் அந்த வீட்டை நெருங்கியபோது அந்தி சாய்ந்துவிட்டது.

வாசற்படியைத் தாண்டியதும் சற்று நேரம் மௌனமாய் நின்றாள்.

ஜன்னல்களில் பச்சை வண்ணம் உரியத் துவங்கியிருந்தது. சுவர் மீது இரண்டடி உயரத்திற்குப் பாசி படர்ந்திருந்தது. நடைபாதை மேல் சாரை சாரையாய் கட்டெறும்புகள் எங்கோ ஊர்ந்த வண்ண மிருந்தன.

சாவியை எடுத்துப் படிக்கட்டுகளில் ஏறினாள். ஏதோ ஒரு பிராணி வாயைத் திறப்பதுபோல அந்தக் கறுப்புக் கதவுகள் திறந்தன. ஓரடியெடுத்து முன்னே வந்தாள். பயம் அவ்விருட்டில் நிறைந்து நின்றிருந்தது. கண்களை இறுக மூடி இருட்டிற்கு அடிபணிந்தாள். தேன் குடிப்பதைப்போல சொட்டு சொட்டாக கண்களைத் திறந்தாள்.

பழமையின் வாசனை, கைப்பையைத் துழாவி தீப்பெட்டியை எடுத்தாள். மாடிப்படிகள் தொடங்கும் இடத்தில் அந்தக் குத்துவிளக்குகள் முன் போலவே இருந்தன. சுவர் அலமாரியைத் திறந்து ஒரு பச்சைநிற எண்ணெய் பாட்டிலை எடுத்து விளக்கில் எண்ணெய் ஊற்றினாள். வேட்டியைக் கிழித்து தடுமனான திரியைச் செய்து அதைக் கொளுத்தினாள். இருள் விலகிய பகுதி வட்டமாகத் தெரிந்தது. சுற்றிலும் பார்த்தாள்.

தரையில் அவன் உபயோகித்து எறிந்த தீக்குச்சிகள் சிதறிக் கிடந்தன. நிலத்தில் தெரிந்த விரிசல்களில் ஒன்றை கால்களால் தேய்த்தாள். சுவர்மீது முன்னர் ஒரு ஜப்பான் கடிகாரம் தொங்கிக் கொண்டிருந்த இடத்தில் அந்த கடிகாரத்தின் உருவம் தெரிந்தது.

சுவரில் ஆங்காங்கே சிலந்திகள் இளைப்பாறிக்கொண் டிருந்தன. ஜன்னலைத் திறந்தாள். இதோ நான் வருகிறேன். யாரும் பேசவில்லை. தனது தெளிவான குரலைக் கேட்பதற்காக மறுபடியும் சொன்னாள். 'இதோ நான் வந்திருக்கிறேன்.'

அந்தத் தளத்திலிருந்து நடுக்கூடத்திற்குச் செல்லும் சுவர்களில் மோதி அவளது குரல் எதிரொலித்துத் திரும்பியது. செருப்புகளைக் கழற்றி நடுக்கூடத்தை அடைந்தாள். அங்கு ஒரு மூலையில் பித்தளை விளக்குகள் அதே இடத்தில் இருந்தன. ஒன்றில் எண்ணெய் ஊற்றி எரிய வைத்து உள் அறைக்குள் சென்றாள்.

இருள் பின் வாங்கிக் கொண்டிருந்தது. நெல் நிறைத்த குதிர்கள், பழைய உருளிகள், நான்கு கால்களைக் கொண்ட துணிப் பெட்டிகள், துணி உலர்த்தும் கம்புகள்.

அடுக்களைக்குள் நுழைந்தாள். கறுப்புச் சுவர்களைக் கொண்ட அந்த அறையில் அவளது கையிலிருந்த வெளிச்சம் மஞ்சள் நிறமடைந்தது. ஒரு மூலையில் விறகுக் கட்டைகள் அடுக்கப்பட்டிருந்தன. சுவர் அலமாரியில் பாத்திரங்கள் கவிழ்த்து வைக்கப்பட்டிருந்தன. இரண்டு விறகுக் கட்டைகளை அடுப்பில் வைத்து அதன் மீது பழைய காகிதங்களைப் போட்டு தீமூட்டினாள். சுவரில் தொங்கிய முரட்டுத் துணியை எடுத்து அடுப்பின் மேற்பகுதியைத் துடைத்தாள். கொல்லைக் கதவைத் திறந்து தண்ணீர் தேடி கிணற்றடிக்குப் போனாள்.

ராட்டினம் கிரீச்சிட, கிணற்றிலிருந்து ஆசை தீர நீர் இறைத்தாள். பதினைந்து ஆண்டுகள் முடிவடையவில்லை. தனக்குள் சொல்லிக்கொண்டாள். நான் கோடை விடுமுறையில் வீட்டிற்கு வந்திருக்க வேண்டும். எதுவுமே மாறவில்லை.

வீட்டிற்குள் இப்போதும் சாதாரண விஷயங்களைப் பற்றிய அந்த உரையாடல் ஒலிக்கிறது. கூர்ந்து செவி மடுத்தால் வெளியிலிருந்து திரும்பும் தாத்தாவின் மிதியடிச் சத்தம் வாசல் நடையில் ஒலிக்கிறது. கூச்சலிடும் வேலையாட்களை அதட்டும் பாட்டியின் குரல் சாப்பாட்டு அறையில் கேட்கிறது. தரையில் விழும் தட்டுகள். வெண்கலக் கிண்டிகளைத் தரையில் வைக்கும் கைகள். பனி ஊடுருவாமல் இருக்க இறுக மூடும் ஜன்னல்கள்.

விளக்கை ஏந்தி அறைகளில் நடக்கும்போது வெறும் காலடிகளின் மெல்லிய ஓசை உள்ளிருந்து ஒலிக்கிறது.

எதுவுமே மாறவில்லை. உருவமற்ற ஆண்டுகள் கற்சுவர்கள் அல்ல. பார்வைக்குத் தென்படாதவற்றை நான் எதற்காக நம்ப வேண்டும்?

'நான் இப்போது வந்துவிடுகிறேன் பாட்டி' அதைச் சொன்னதும் யோசித்தாள். இந்த விளையாட்டை நான் தொடர்வது எதற்காக? இருப்பினும் அதை நம்பினாள். நம்பிக்கை சேதமடையாத வரை அந்த மாயை நிலைநிற்குமெனத் தோன்றியது.

தண்ணீர்ப் பாத்திரத்தை அடுப்பிலேற்றி வைத்துவிட்டு மாடிக்குச் சென்றாள்.

படுக்கையறை முழுவதும் படிந்திருந்த தூசியைத் துடைப்பதற்காக ஒரு துடைப்பத்தை எடுத்து வந்தாள். அவளது பாட்டி வழக்கமாகப் படுக்கைகளை அடுக்கி வைக்கும் அந்தச் சிவந்த கால்களையுடைய கட்டிலில் காணப்பட்ட தூசியைத் தட்டிப் பெருக்கினாள். வராந்தாவிலிருந்து துணிப் பெட்டியைத் தேடிப் பிடித்து ஒரு விரிப்பை எடுத்து உதறினாள்.

காய்ந்த வேப்பிலைகள் தரையில் விழுந்தன.

வேப்பிலைகளில் சேமித்து வைத்திருந்த நாட்கள் நினைவில் உதித்தன. காலத்தை வலுக்கட்டாயமாக ஒதுக்கி வைத்திருந்த அவள் உணர்ச்சிவசப்படாமல் அந்நாட்களைக் குறித்து நினைத்தாள். நடந்து முடிந்திருந்தால் தானே அழ வேண்டும்? நடந்துகொண்டிருக்கிறது.

'எந்த மாறுதலுமில்லை.'

பக்கத்து அறையில் பாய்விரித்து பாட்டி வேடிக்கை பேசிச் சிரிக்கிறாள்... தாத்தா கட்டில் மீது அமர்ந்து வெற்றிலைக்காகக் கை நீட்டுகிறார்.

வார்த்தைகள் எழவில்லை. ஆனால் அந்தக் குரல்கள் பேசிக்கொண்டிருந்தன. ஜன்னல்களைத் திறந்தாள்.

தொலைத்தூரத்தில், முன் நாட்களில் பறையர்கள் மூங்கில் குழல்களை ஊதிப் பழகிக்கொண்டிருக்கும் அந்த மரத்தடியில் நிலவு காய்ந்து கிடந்தது. அவ்விடத்தில் ஒரு விளக்குக் கூட இல்லை. விழிகளை மூடினாள். மணல் நிறைந்த அந்த வளைந்த பாதையைப் பார்த்தாள்.

சிறிது நேரத்தில் அவர் வந்துவிடுவார். தேய்த்துத் துடைக்கும் போது சுடர்விடும் வெள்ளியைப் போல மென்மேலும் ஒளிவீசிக் கொண்டிருந்தது நிலா. மணி எட்டு இருக்கும். வாட்சை எடுத்து வந்திருக்கலாமென நினைத்தாள்.

புடவையை அவிழ்த்து வராந்தாவில் கட்டப்பட்டிருந்த கொடியில் விட்டெறிந்தாள். புளியிலை கரை போட்ட ஒரு வேட்டியை எடுத்து உடுத்திக்கொண்டாள். பழசாகிப் போனதால் அதன் மடிப்புகளில் பழுப்பு நிறம் படிந்திருந்தது. சுவர் அலமாரியிலிருந்து சந்தனக் கட்டைகளில் ஒன்றையெடுத்துக் கழுவி, அதைப் பொடியாக்கி நீரில் கரைத்து கைகளையும், கால்களையும் கழுவிக்கொண்டாள்.

கண்ணாடிக்காக அடுத்த அறையைத் திறந்தாள். சுவரில் வேலைப்பாடுகளுடன் கூடிய சட்டத்திற்குள் அந்தக் கண்ணாடி மாட்டப்பட்டிருந்தது. அதன் பச்சைநிறத்தை நோக்கி விளக்கைத் தூக்கிப் பிடித்தாள்.

எந்த மாற்றமும் இல்லை. இரட்டையாய்ப் பின்னுவதற்குப் பதிலாக முடிக்கப்பட்ட கூந்தல். முகம் லேசாக ஊதியிருக்கிறது. கண்களுக்குக் கீழே சுருக்கங்கள் விழுந்துவிட்டனவோ என்றோர் ஐயம். ஆனால் வயது முப்பது ஆகிவிட்டதென்று யாருக்கும் தோன்றாது என்பது உறுதி. விளக்கைச் சுவரில் மாட்டினாள். கூந்தலை அவிழ்த்து பின்னலிட்டாள். பாட்டை முணுமுணுத்துக் கொண்டு படியிறங்கினாள். அறைகளெங்கும் அவள் ஏற்றி வைத்த விளக்குகள் நிதானமாக எரிந்துகொண்டிருந்தன. கதவைத் திறந்து வாசற்படியில் போய் அமர்ந்தாள்.

மரங்கள் இருண்டு காணப்பட்டன. ஆனால் ஆற்றில் விழுந்து கிடந்த சருகுகளை நிலா வெளிச்சத்தில் பார்த்தாள். இடதுபக்கமாய்த் தலைசாய்த்து நிற்கும் ஒரு சில இலைகளைக் கொண்ட அம்மரக்கிளையில் ஏதோ ஒரு கறுப்புப் பறவை அமர்ந்திருப்பதைக் கண்டாள். ஆந்தையாக இருக்குமோ என்ற சந்தேகம் அவளுக்கு.

'கடவுளே இது இப்போது அலறக்கூடாது.'

அவன் அருகில் நெருங்கிய பிறகே கவனித்தாள். வெண்ணில வில் அவனது முகம் கரைந்திருந்தது. ஆனால் பின்புறமாகச் சீவப்பட்ட தலைமுடி நெருப்புக் கனலாய் ஜொலித்தது.

'என்னால அங்கிருந்து வெளியே வரமுடியலை. வேறெ இரண்டு பேரைக் கூட்டிட்டு ஸ்டேஷன்ல விட்டுட்டு வர

வேண்டியதாயிடுச்சு...' எழுந்து அவனது தோள் மீது கை வைத்தாள்.

'உஸ்ஸ்... பேச வேண்டாம்.'

இந்த விளையாட்டு இவருக்கு ஏன் விளங்குவதில்லை? சோப்புத் தண்ணீரை ஊதிக் குமிழ்களை உண்டாக்குவதைப் போல எவ்வளவு நம்பிக்கையோடு இந்த மாயையை எழுப்பி இருக்கிறாள். 'எதற்கும் மாற்றமில்லை' உள்ளூரச் சொல்லிக் கொண்டாள். ஊதிப் பெருகிய இவற்றை யோசனையின்றி வெற்று வார்த்தைகளால் எதற்காக இவ்வளவு சீக்கிரம் அழிக்க வேண்டும்.

அவளது முகத்தைத் தோளில் சாய்த்து வெளியே பார்த்தான். செடிகள், மரங்கள், மணல் அனைத்திலும் படர்ந்த நிலவு.

'உன் வீடு?'

'ஆமாம்.'

'வாங்க, நாம உள்ளே போகலாம்.'

உள்ளே சென்று கதவை மூடியபோது அந்தப் பறவை குரல் கொடுத்தது. அவளது கைகள் நடுங்கின.

'என்ன அது, பறவையோட சத்தமா?'

அவள் பதிலளிக்கவில்லை.

அதனால் சத்தம் போடத் தானே இயலும். ஆறுதலடைந்தாள். கேட்கவில்லையெனப் பாவனைச் செய்ய அவளால் முடியும்.

அசையாமல் சுவரில் சாய்ந்து நின்றாள். 'அசையாதீங்க, உங்களை இந்த வெளிச்சத்தில் நான் பார்க்கணும்' என்றாள்.

அந்த வீட்டினுள் கருங்கல் தரை மீது நிற்கும் தூணின் அருகில் அவனைக் கண்டதும் தன்னிடமே கேட்டுக்கொண்டாள். 'உங்க எல்லோருக்கும் இஷ்டம் தானே?' அவன் பேண்ட் பாக்கெட்டுகளில் கைகளைப் போட்டு அவளைப் பார்த்துச் சிரித்தான். குத்துவிளக்கின் வெளிச்சம் அவன் முகத்தில் படவில்லை. ஆகவே அந்தச் சிரிப்பை அவள் கவனிக்கவில்லை. உறுதியான பற்களை வெளிக்காட்டும் அந்தச் சிரிப்பை அப்போது பார்த்திருந்தால் விரும்பியிருக்கமாட்டாள்.

'எங்கே உட்காருவது, எங்கே கொஞ்சம் படுப்பது?' அவன் சுற்றி முற்றிப் பார்த்தான். 'ரொம்ப அசுத்தமா இருக்குதா?' அவனது தோள்களை உலுக்கினாள்.

நீர் மாதுளையின் பூக்கள்

பிறகு மாடியறையில் சிவந்த கால்களையுடைய அக்கட்டிலின் மேல் அவர்கள் இருவருமாகப் படுக்கும்போது சொன்னாள். 'இப்படித்தான் என்னால் கல்யாணம் செஞ்சுக்க முடிந்தது.'

அவன் ஆர்வத்துடன் அவள் கண்களைப் பார்த்துப் படுத்துக் கிடந்தான். ஆனால் எதுவுமே பேசவில்லை.

'எல்லோர்கிட்டேயும் சம்மதம் வாங்கி...'

'அய்யோ பாவம்.'

'இது பாவம்னு எனக்குக் கொஞ்சமும் தோணல. அதனால இது ஒரு பாவமில்ல.'

விளக்கின் திரி அணைந்தது. பழைய நாதாங்கிகளின் மீது அசைந்தாடும் ஜன்னல்களை அழ வைத்துக் கொண்டிருந்தது காற்று. அவளைக் கட்டியணைத்தான்.

'உனக்கு இருட்டைக் கண்டா பயமா?'

'இல்ல.'

புகையிலையும் வியர்வையும் மணக்கும் அவனது மார்பில் முகம் புதைத்துக் கேட்டாள்.

'உங்க குழந்தைப் பருவத்தைப் பத்தித் தெரிஞ்சுக்க எனக்கு ஆசையா இருக்குது. ஏன் என்னிடம் இதுவரை எதுவுமே சொல்லல?'

'சொல்ல என்ன இருக்குது? அப்பா பேங்க் மீட்டிங்கில் தலைமை வகிப்பார். ரோட்டரி கிளப்லே பேசுவார். அம்மா தோழிகளோட சேர்ந்து மத்தியானம் சீட்டு விளையாடுவாள். சின்னக் கேக்கும் டீயும் சாப்பிடுவாள்.'

'அப்புறம்?'

'நோஞ்சானாக, நண்பர்களில்லாத ஒரு குழந்தையாக வளர்ந்தேன். நான் எழுத ஆரம்பிச்சேன். அப்பா இளக்காரமா திட்ட ஆரம்பிச்சார்.'

'போதும்.'

'ஏன் இவ்வளவு சீக்கிரம் போதும்னு சொல்றே' அவள் எதுவுமே பேசவில்லை.

அவள் எந்தப் பங்கும் வகிக்காத அந்நாட்களைப் பற்றி அவன் நினைவுகூர ஆரம்பித்துவிட்டால் தன்னிடமிருந்து விலகிப்போய்விடுவானோ? அதை எப்படித் தாங்கமுடியும்.

நாம் இருவரும் சேர்ந்து நினைத்துப் பார்க்க ஒரு குழந்தைப் பருவம் போதும், என்னுடைய குழந்தைப் பருவம்.

'நீ ஒரு சுயநலக்காரி.'

அவள் சிரித்தாள்.

'அது இப்பத்தான் புரிஞ்சுதா?'

'இல்ல, போன வருஷம் ஸ்டீபன் ஸ்பெண்டர் பேசின அந்தக் கூட்டத்திலே புரிஞ்சுக்கிட்டேன்.'

'அங்கேயா?'

'இல்ல, அன்னைக்கு உன்னை மறுபடியும் வீட்டுல கொண்டு வந்துவிடுற போது!'

அவள் கண்களை மூடித் தூங்குவதைப் போலப் பாவனை செய்தாள்.

'நீ தூங்கியாச்சா?'

அவள் பேசவில்லை.

சற்று நேரத்தில் அவனும் தூங்கிப் போனான்.

அவனது சீரான குறட்டையொலியைக் கேட்டுக் கொண்டே சிறிது நேரம் படுத்துக் கிடந்தாள். பிறகு ஓசை படாமல் வெளியே வந்தாள்.

பாட்டி படுத்துறங்கும் அந்த அறையின் சுவரோரமாக அமர்ந்து சொன்னாள். 'பார்த்தீங்களா? அவர்தான் என் கணவர், நான் அவரை நேசிக்கிறேன். அவர் என்னையும் நேசிக்கிறார்.'

அவளது வார்த்தைகள் அந்த அறையின் மூலைகளில் போய் மோதியது. அவள் முழங்கால்களில் முகம் புதைத்துச் சலனமற்று அமர்ந்திருந்தாள். கலைந்து போன ஒரு மெல்லிய சத்தமோ, மூலைகளில் கருப்பு நாய்க்குட்டிகளைப்போல சுருண்டு கிடக்கும் இருட்டிலிருந்து ஒரு பெருமூச்சோ ஒரு சிறு பதிலாக அவளுக்குக் கிடைக்குமென்றால்...

'உங்க எல்லோருக்கும் சம்மதம் தானே?' சுவரில் தொங்கிய ஸ்ரீ கிருஷ்ணனின் படத்திலிருந்து ஏதோ ஓசை கேட்டது. அவள் கண் இமைக்காமல் பார்த்தாள். பெரிய சிலந்தியொன்று வெளியே வந்து கண்ணாடியில் ஊர்ந்தது.

என்னால் நினைவுகூர முடியவில்லையே, அவள் வருந்தினாள். எப்படி இருந்தது. பாட்டியின் முகம்? அந்தக் கருப்பு மச்சம்

இடது கன்னத்திலா இருந்தது? தெரியவில்லை. எழுந்து அவன் தூங்கும் அறைக்குப் போனாள். அவள் போய்ப் படுக்கையில் சாய்ந்ததும் அவன் விழித்துக்கொண்டான். ஆனால் அவளை அருகில் கண்டபோது எந்த ஆச்சரியத்தையும் காட்டவில்லை. அவளுக்கு இடம் தர சுவரோரமாகத் தள்ளிப்படுத்தான். நிலவொளியில் செம்பு நிறமாய் இருந்தது அவனது தலைமுடி.

...அழுகின பழங்கள் உதிர்வது மாதிரி.

'என்ன?'

'இறந்து போனவங்க.'

'நீ இறந்து போனவங்களைப் பத்தி இப்ப யோசனை செஞ்சிட்டு இருக்கறது நல்லதில்ல.'

'யோசனை செய்யறதை நிறுத்திட்டு அவங்களை இன்னும் அதிகமா சாகடிக்கணுமா?'

'தூங்கு கண்ணே. நீ ரொம்பவும் களைச்சுப் போயிருக்கே.' அவனது உடல் பனியில் குளிர்ந்திருந்தது. அது மார்கழி மாதம் அவளுக்குச் சட்டென்று நினைவு வந்தது.

'ஜன்னலை மூடணும், பனி பெய்யுது.'

எழுந்து ஜன்னலைச் சார்த்தப் போனாள். ஆனால் தலையை விரித்துப் போட்ட ராட்சசனைப் போல நிற்கும் அந்தத் தடித்த மரத்தைப் பார்த்ததும் ஜன்னலை மூடாமலேயே திரும்பி வந்து விட்டாள்.

'இங்கிருக்கும் அந்த மாமரத்தடியில் நான் விளையாடி இருக்கேன்.'

'சரி.'

'அந்த மாம்பழம் இளம் மஞ்சள் நிறத்துல இருக்கும்.'

'நான் முதன் முதலா மாம்பழம் தின்னது ரெண்டு வருஷத் துக்கு முன்னாடித்தான் இந்தியாவுக்கு வர்றதுக்கு முன்னே...'

'ச்சே'

'ஓ! நான் மறந்துட்டேன். எனக்கு நீ இல்லாத ஒரு இறந்த காலம் கெடையாதுன்னு மறந்து போச்சு.'

அவன் சிரித்தான்.

'இந்த எழுத்தாளர்கள் ரொம்ப போரடிப்பாங்க.'

இருட்டில் இருவரும் சேர்ந்து சிரித்தனர்.

'நான் குழந்தையாய் இருந்தபோது ஒரு கவிதை எழுதினேன். அது கடவுளைப் பத்தின கவிதை. தத்துவத்தைப் பத்தியெல்லாம்?'

'அப்படியா?'

'நான் இப்போது எலிகளைப் பத்திக்கூட எழுதறேன்...'

அவன் மறுபடியும் தூங்கிவிட்டான்.

அவள் நெடுநேரம் யோசித்தபடி கிடந்தாள். ஒவ்வொரு பழைய நினைவும் அவளைச் சுற்றிச் சுற்றி வந்துகொண்டிருந்தது. இளம் மஞ்சள் நிற மாம்பழங்கள் காற்றில் விழுந்து கொண்டிருந்தன. பனிபட்டதால் மணம் கொஞ்சமுமில்லை. வாசலில் வெளிறிய வெள்ளை ரோஜாப் பூக்கள் அசைந்தாடிக் கொண்டிருந்தன.

காக்கைகள் உலரப் போட்ட நெல்மணிகளில் சென்று அமர்ந்தன. கழுத்தில் நீல மணிகளைக் கோர்த்துக் கட்டிய ஒரு கன்றுக்குட்டி தன் மெலிந்த கால்களால் துள்ளி விளையாடு கிறது. காலையில் சூரியன் உதிப்பதற்கு முன்பே அவள் விழித்துக் கொண்டாள். அவன் ஷூவை அணிந்திருந்தான். வராந்தாவில் நடந்து கொண்டிருந்த அவனது காலடியோசையைக் கேட்டுத்தான் விழித்தெழுந்தாள். கால்மாட்டின் சுவரில் பாம்புகளைக் கழுத்தில் சூடிய சிவனின் ஒரு மங்கிய படம் மாட்டப்பட்டிருந்தது. கண்களை மூடி முணுமுணுத்தாள். 'சிவனோட மனைவி பார்வதி.'

'எழுந்துட்டியா? என்ன சொன்னே?' அறைக்குள் நுழைந் தான். அவனது தலைமுடி சீவப்பட்டிருந்தது. அவளது கை விரல்களைத் தொட்டான்.

'நீங்க என்ன நேசிக்கிறீங்க தானே.'

'ஆமாம், நான் உன்னை நேசிக்கிறேன்.'

'அதை மலையாளத்துல சொல்லுவீங்களா?'

'எதுக்காக?'

அவள் எழுந்தாள்.

'வாங்க, வெளிச்சம் அதிகமாகறதுக்குள்ளே நாம் போயிட லாம்.'

அவர்கள் விளக்குகளை அணைத்து ஜன்னல்களை மூடினார்கள்.

முகம் கழுவி புடவையை உடுத்திக்கொண்டாள்.

கடைசியாக அவள் கதவைப் பூட்டி சாவியைக் கைப்பையில் போட்டதும், அவன் சட்டைப் பைக்குள்ளிருந்து ஒரு மரப் பொம்மையை எடுத்து அவளிடம் காட்டினான். அது கறுப்பு

மரத்தால் சொரசொரப்பாகச் செதுக்கப்பட்ட ஒரு பெண் உருவம். அதன் கூந்தல் உச்சியில் கட்டப்பட்டிருந்தது. கைகள் மார்போடு சேர்த்து வைக்கப்பட்டிருந்தன.

'ஆ... என்னோட மரப்பொம்மை!'

பல்லாண்டுகளுக்குப் பிறகு காண நேரிடினும் அவளுக்கு ஞாபகம் இருந்தது. மட்டுமல்ல, அதைச் செதுக்கிய தச்சனின் வெற்றிலைக் காவியேறிய பற்கள். அன்று பாட்டி அந்தப் பொம்மையைப் பார்த்துச் சிரித்தது எல்லாம்.

'நீங்க எதுக்காக அதை எடுத்துட்டு வந்தீங்க?'

அவளது தோள்களில் கைவைத்தான்.

'நம்ம மகன் விளையாடறதுக்கு.'

நன்றியுடன் அவனது கண்களை ஏறிட்டுப் பார்த்தாள். சிறிது நேரம் நடந்து திரும்பிப் பார்த்தாள். வாசலில் இடதுபுறமாக வளைந்து நிற்கும் மரத்தில் இலைகளில்லை. வெண்ணெய் நிற பூக்கள் மட்டுமே காட்சியளித்தன.

'அந்த மரத்தோட பேர் என்னன்னு தெரியுமா?'

'தெரியாது' என்று தலையாட்டினான்.

'நீர் மாதுளை.'

பின்னர் அவர்களிருவருமே நடக்க ஆரம்பித்தனர்.

'அதுவொரு அழகான மரம்.'

'என் குழந்தை நாட்களில் தூங்கியெழுந்ததும் வாசலுக்கு வருவேன். அங்கே பனியில் நனைந்த பூக்கள் விழுந்து கிடக்கும். நான்...'

'நீ அதை எடுத்து முகர்ந்து பார்ப்பாய். வாசனை இல்லைன்னா தரையில் வீசியெறிஞ்சுடுவாய்.'

'அதெப்படித் தெரியும்?'

அவன் அவளது கண்களைப் பார்த்துச் சிரித்தான்.

ஆனால் எதுவும் பேசவில்லை.

காலைநேரத்தின் பொன்னொளியில் அவன் தலைமுடி பொன்னிறமாகத் தெரிந்தது. அறுவடை நெருங்கும் வேளையில் மதிய வெயிலில் பளபளக்கும் நெல்வயல்களை நினைவுகூர்ந்தாள்.

(1957)

## துரோகம்

லேடி டாக்டர் தலை நிமிர்ந்தபோது அவரது நெற்றி வியர்வைத் துளிகள் கண்களுக்கு வழிந்தன. புறங்கையால் கண்களைக் கசக்கியபடி நர்ஸிடம் சொன்னார். "அந்த பெரிய விளக்கை எடுத்து வை."

நர்ஸ் புதிதாக வேலை இளம் பெண். டாக்டரின் வார்த்தைகளைக் கேட்டுக் காரணமின்றித் திடுக்கிட்டு அறையைச் சுற்றிலும் நோட்டமிட்டாள். விளக்கா? எந்த விளக்கு? அதற்குள் டாக்டரே விளக்கை எடுத்து வந்து நோயாளியின் கால் அருகே நிறுத்தி வைத்தார். பிறகு சுவரிலிருந்த ஸ்விட்ச் போர்டின்மீது ப்ளக்கைப் பொருத்தி விளக்கை எரியச் செய்தார். மீண்டும் கைகளைக் கழுவ ஆரம்பித்தார்.

"ஒரு பித்தளைப் பாத்திரத்து மேலேதான் விழுந்தாள். அந்த இருப்பிலேர்ந்து எழுந்து நிற்க. முடியாம ரொம்ப கஷ்டப்பட்டாள்!"

அறைக்குள் தலை நீட்டி நோயாளியின் மாமியார் சொன்னாள்.

"காயம் எதுவும் இல்லையே?"

"இல்ல."

நோயாளியின் மீது போர்த்தியிருந்த வெள்ளைப் புடவையை அகற்றிய டாக்டர் அவளை மறுபடியும் கவனமாகப் பரிசோதித்தார். உப்பி மின்னிய வயிற்றுக்கடியில் மிருதுவான சில இடங்கள் சிராய்ப்புப் பட்டுச் சிவந்தும் கன்றிப்போயுமிருந்தன.

உள்ளிருந்து மிக லேசாக வழியும் இரத்தத் துளிகளைப் பார்த்த டாக்டர் சொன்னார்.

"இன்னைக்கு இங்கேயே இருக்கட்டும். ஒன்பது மாசம் முடிஞ்சிடுச்சு இல்லையா? இப்படி விழுந்தாலே இன்னைக்கே பிரசவமாயிடும். வலிக்குதா?"

"வலிக்குது" இம்முறை நோயாளியே பதில் சொன்னாள். "விழுந்ததும் வலி தொடங்கிடுச்சு. ஆனா வயிற்றுல இல்ல. வெளியே முதுகு பிளக்கிற மாதிரி!"

டாக்டர் திரும்பவும் கைகளைக் கழுவினார். நோயாளியை ஸ்ட்ரெச்சரில் படுக்க வைத்து பிரசவ அறைக்குத் தள்ளிச் சென்றாள் நர்ஸ்.

"நீங்க வீட்டுக்குப் போகலாம்." டாக்டர், நோயாளியின் மாமியாரிடம் சொன்னார். "இன்னும் ஒண்ணு ரெண்டு மணி நேரமாவது ஆகும். ஒருவேளை நாளைக்குக் காலையிலே கூடப் பிரசவம் ஆகலாம்."

"நிச்சயம் பயப்படறதுக்கு ஒண்ணும் இல்லியே?"

"ஒண்ணும் இல்ல."

டாக்டர் புன்னகைக்க முயன்றார். தனது கைகால்கள் களைப்பால் தளர்ந்துவிட்டதென்றும், எங்காவது போய் அமர்ந்ததும் தூங்கிப் போய்விடுவோமென்றும் அவருக்குத் தோன்றியது. இன்றைக்காவது அரைமணி நேரம் தூங்க முடிந்தால்... அரைமணிநேரமாவது...

போன் மணி ஒலித்தது. டாக்டர் அதை நோக்கித் திரும்பும் போது கிழவி சொன்னாள். "உங்ககிட்ட ஒப்படைச்சிருக்கேன் டாக்டர். பிறக்கப்போற குழந்தை எங்க வீட்டுலே இருபத்தி ஒன்பது வருஷத்துக்கு அப்புறமா பிறக்கற வாரிசு. அதற்கு எந்தவிதக் கெடுதலும் இல்லாம..."

டாக்டர் போனை நோக்கித் தலை குனிந்தார். அவரது கணவரின் குரல்.

"இன்னிக்கி வருவியா?"

"இன்னைக்கு முடியாது. ஒரு கேஸ் வந்திருக்கு. கொஞ்சம் சிரமம்."

"தூங்க வேண்டாமா? நேத்தும் முந்தா நாளும்..."

"என்ன செய்யறது? இவங்களை இங்கே விட்டுட்டு வரமுடியாதே."

"அப்புறம் ஒரு விஷயம்—இன்னைக்கு உன் பிறந்தநாள் ஞாபகம் இருக்கா?"

"ம்ம்."

"வர்றதுக்கு முயற்சி பண்ணேன்."

"அப்படிச் சொல்லாதீங்க."

"வரமாட்டியா, உறுதிதானா?"

"ஆமாம்."

"சரி கொஞ்ச நேரத்துக்காவது அங்கே படுத்துத் தூங்கு. இப்படி ஒய்வு ஒழிச்சலில்லாம வேலை செய்யாதே."

"ம்ம்."

போனை கீழே வைத்த டாக்டர் சிறிது நேரம் அசையாமல் நின்றார். அறைக்கு வெளியே, மண்ணில் விழுந்து கிடந்த மங்கிய வெயில், சந்தோஷமான ஒரு நினைவைப் போல அவரது இதயத்தைக் கிளர்ச்சியூட்டியது. இன்றைக்கு எனது பிறந்துநாள்... எத்தனையாவது பிறந்தநாள்? நாற்பத்தி ஒன்பதா? அல்லது ஐம்பதா? ஐம்பது. அவர் சுவரில் நர்ஸ்கள் மாட்டி வைத்திருந்த சிறிய கண்ணாடியைப் பார்த்தார். கண்களின் ஓரத்திலும் வாயின் இருபுறமும் மெல்லிய சுருக்கங்கள் விழுந்திருந்தன. அம்முகம் ஓர் அந்நிய முகத்தைப்போல அவரது மனதிற்குள் நுழைந்து சென்று பரிதாபத்தை எழுப்பியது. இந்த முகத்தை கணவர் நேசிக்கிறாரா? நிச்சயம் கணவரின் இளமை மாறாத புன்னகை அவரது ஞாபகத்திற்கு வந்தது. ஒவ்வொரு முறையும் நர்சிங் ஹோமிற்குப் புறப்படும்போது கணவரின் முகம் வாடுவதை டாக்டர் நினைத்துப் பார்த்தார். இருபத்தி ஐந்து வருடம் கடந்தும் வாழ்க்கையை ஒரு தேனிலவாகவே வைத்திருக்கிறார் என் கணவர்.

அவர் கண்ணாடியைப் பார்த்துச் சிரித்தார். ஐம்பதா? அதனால் என்ன? நான் முதுமையைப் பற்றி அஞ்சத் தேவை யில்லை. அதெல்லாம் நேசிக்க யாருமற்றவர்களுக்குத்தான். என்னிடம் அன்பு இருக்கிறது... அன்பு... அந்த வார்த்தை ஒரு பூவிதழின் மெல்லிய ஸ்பரிசத்துடன் வாயில் தவழ்ந்து விளையாடியது. வெளியே, வெயில் பொன்னிறம் பெற்றிருந்தது. அது மறைவதைப் பார்த்துக்கொண்டிருந்த டாக்டருக்குத் தோன்றியது. அதன் வெதுவெதுப்பான சில கீற்றுகள் தனது சரீரத்தின் ஒவ்வொரு ரத்தக்குழாயிலும் ஊறிப் பரவின. மகிழ்ச்சியோடு கண்களை மூடிக்கொண்டார். மறுபடியும்

திறந்தார். வானம் இருண்டிருந்தது. கையிலிருந்த கடிகாரத்தைப் பார்த்துக்கொண்டே டாக்டர் எழுந்தார். நேரம் ஆறேமுக்கால். ஒருவேளை அந்தப் பெண்ணுக்குப் பிரவமாகி இருக்கும். அப்படியானால் இரவு பத்து மணிக்குள்ளாகச் சென்றுவிடலாம். எதிர்பாராத எனது வருகை நான் கணவருக்கு அளிக்கும் பரிசாக இருக்கும். ஒரு பதினாறு வயது ஆண் பிள்ளையின் புன்னகையை உடைய எனது கணவர்...

"டாக்டர், எனக்கு இப்பத்தான் தெரிஞ்சுது. வீட்டுக்குப் போனபோது அம்மா சொன்னாள். ஆபத்து எதுவும் இல்லியே?" ஒல்லியான உயரமான மூக்குக்கண்ணாடி அணிந்திருந்த ஒருவன் வெளியிலிருந்து தலையை உள்ளே நுழைத்தபடி கேட்டான். "இன்னைக்கே பிரசவம் ஆயிடுமா? குழந்தைக்கு எந்த ஆபத்தும் வராதே?"

"இல்ல, குழந்தைக்கு எந்த ஆபத்தும் வராது."

டாக்டர் பொறுமையிழந்த குரலில் பேசினார்.

வெளித் தளத்திற்கு வந்தபோது அவனது சட்டையின் வியர்வை நாற்றத்தை உணர்ந்தார்.

"எங்க வீட்டுலே ஒரு ஆண் குழந்தை பிறந்து இருபத்தி ஒன்பது வருஷமாச்சு. குழந்தைக்கு எந்த ஆபத்தும் இல்லாம இதை நீங்க செஞ்சுத் தரணும்."

டாக்டர் எரிச்சலடைந்தார். ஆனால் எதுவும் பேசாமல் நோயாளிகள் அமர்ந்திருக்கும் இடத்தை நோக்கி நடந்தார்.

○○○

வெளியே மருந்துக்காக வந்த நோயாளிகள் அனைவரும் சென்றதும் டாக்டர் தளர்ந்த நடையுடன் பிரசவ அறைக்குச் சென்றார். நர்ஸ் எழுந்து நின்று சொன்னாள்.

"பிரசவம் ஆரம்பமாயிடுச்சு. அஞ்சு விரல் அகலத்துக்கு விரிஞ்சு இருக்குது."

"டாக்டர் சாப்பிட்டுட்டு வாங்க. அதுவரை இங்கிருந்து நான் நகரமாட்டேன்."

டாக்டர் நர்ஸின் முகத்தைப் பார்த்தார். அவள் கன்னங்கள் இயல்புக்கு மீறிச் சிவந்திருப்பதாகத் தெரிந்தது. அவள் ரூஷும், லிப்ஸ்டிக்கும் – உபயோகிக்கிறாளா? அதெல்லாம் நர்ஸிங் ஹோமில் கூடாது என்று அவளுக்கு ஞாபகப்படுத்த நினைத்தார்.

"அய்யோ... டாக்டர் என்ன விட்டுட்டுப் போகாதீங்க" நோயாளி உரக்க அழுதாள். அவளது மடக்கி வைக்கப்பட்ட

கால்களில் வெளிர்நிறமும், மெலிந்த முகமும் டாக்டருக்குள் தாய்மையை உணர்த்திற்று.

"இல்ல, நான் இங்கேர்ந்து போக மாட்டேன்."

"குழந்தைக்கு எந்த ஆபத்தும் இல்லையே?"

"இல்ல."

"அவங்க என்னைக் கொன்னுடுவாங்க, ஏதாச்சும் ஆயிடுச்சுன்னா."

"யாரு?"

"அவரோட அம்மா அப்பா அந்த வீட்டுல இருக்கறவங்க."

"இது முதல் பிரசவமா?"

"ஆமாம்."

"எதனாலே உன் அம்மாகிட்ட போகல?"

"எனக்கு அம்மா இல்ல டாக்டர்."

டாக்டர் அவளது கைகளை எடுத்துத் தனது மடியில் வைத்து எதை எதையோ யோசித்துச் சலனமற்று அமர்ந்திருந்தார். ஒரு விட்டில் பூச்சி சாவதற்கு அவசரப்பட்டு விளக்கைச் சுற்றிச் சிறகடித்துப் பறந்துகொண்டிருந்தது.

புதிதாக வேலையில் சேர்ந்த நர்ஸ் டாக்டரின் முகத்தை ரகசியமாய்ப் பார்த்தாள். அவரது முகம் ஏன் இப்படி வாடி யிருக்கிறது? இன்றைக்கும் அவருக்குத் தூங்க முடியாதா? பிரசவத்திற்காகப் படுத்துக் கிடக்கும் பெண்ணுக்கு இதெல்லாம் தெரியாதுதானே. போகாதீர்கள். போகாதீர்கள் என்று அடம் பிடிக்கிறாள். டாக்டர் உறங்கி எத்தனை நாட்களாயிற்று. டாக்டர் பாவம்... அவளது மனதில் ஒரு குற்றவுணர்வைப் போலக் கிடந்தது அந்த அன்பு. அது திரும்பத் திரும்ப அவளைத் துன்புறுத்திச் சொன்னது. 'நீ சாதாரணப் பெண் இல்லை... நீ ஒரு பெண்ணை நேசிக்கிறாய்.' ஒருநாள் இரவு அவளது தோழி உரக்கச் சிரித்தாள்.

"இது என்ன வகையான அன்பு. பெண்களுக்குப் பெண்களிடம் அன்பா? என்கிட்ட முட்டாள்தனமா பேசாதே."

"இல்லே லீலா, இது உண்மை. எனக்கு எப்போதும் அவங்களைப் பார்த்துக்கிட்டிருக்கத்தான் ஆசை, எனக்கு அவரை..."

"அவரை?"

"தொடவும், முத்தமிடவும் ஆசையாக இருக்கிறது" என்று சொல்லத் தயங்கினாள்.

"உனக்குக் கல்யாணம் வேணாமா? எப்போதும் அந்தப் பெண்ணையே கும்பிட்டுகிட்டு இருந்தா போதுமா?"

லீலாவின் அந்த வார்த்தைகளையும் உரக்கச் சிரித்ததையும் நினைத்துக்கொண்டே தன்னெதிரே அமர்ந்திருக்கும் நடுத்தர வயதுப் பெண்ணைப் பார்த்தாள் நர்ஸ். கண்களுக்குக் கீழே தென்படும் கருத்த நிழல்களும் நரம்புகள் துருத்தி நிற்கும் உள்ளங்கைகளும் அவளது கண்களை நனைத்தன. இந்தப் பிரியத்தைத்தான் லீலா எள்ளி நகையாடினாள். இந்தப்பிரியம், பரிசுத்தமான இந்தப் பிரியம். தன் இதயம் நனைந்துப் பெருத்த ஒரு சூரியனைப் போல விகசித்து வருவதாக நர்ஸுக்குத் தோன்றியது.

"அய்யோ எனக்கு எதையாவது தந்து மயக்கம் வரப் பண்ணுங்களேன், என்னாலே முடியலை."

டாக்டர் கண்விழித்து நோயாளியின் முகத்தைப் பார்த்தாள். அவள் சிறு குழந்தையைப் போலத் தேம்பி முறையிட்டாள்.

"கால்களைத் தளர்த்தி வை. பயப்படாதே."

டாக்டர் திரைச்சீலையை நீக்கி அவளை மீண்டும் பரிசோதித்தார்.

"எனக்கு முடியலையே டாக்டர்."

"முடியும்."

"இனி என்னாலே முடியாது எனக்கு அசதியா இருக்கு." நர்ஸ் வெந்நீரை எடுத்துவர வெளியே போனாள்.

"பயப்படாதே, இப்பவே முடிஞ்சிடும். ரெண்டே ரெண்டு நிமிஷம், நான்தான் பக்கத்தில் இருக்கேனே?"

"அய்யோ, என்னாலே முடியலையே டாக்டர்... அய்யோ..."

"முடியும் மகளே."

சிவந்த உயிரற்ற மாமிசப் பிண்டமாக இருந்தது குழந்தை. டாக்டர் மிகவும் வருந்தினார். அடுத்த அறைக்குப் போய் முகம் கழுவிக்கொண்டிருக்கும்போது நர்ஸிடம் சொன்னார். "அவளோட புருஷனோ, வீட்டுக்காரங்களோ வந்தாங்கன்னா..."

"வந்தா?"

"அவள் பிரசவிக்க ரொம்பக் கஷ்டப்பட்டாள்னு சொல்லணும். குழந்தை செத்ததுக்கான குற்றத்தை அந்த வெகுளிப்பெண் சுமக்கக் கூடாது. புரிஞ்சுதா?"

"சரி."

"வீட்டுக்குப் போறேன். காலையிலே ஆறு மணிக்கு முந்தி ஏதாச்சும் கஷ்டமான கேஸுங்க வந்ததுன்னா போன் பண்ணு."

○○○

நர்ஸிங் ஹோமில் தனது படுக்கையறையிலிருந்த உடைகளை மாற்றி வெளியே வந்தபோது டாக்டரின் மனம் ஒரு குழந்தையைப்போலப் பதற்றமின்றி இருந்தது. பத்துமணி நாற்பது நிமிடம்... அங்கு போய்ச் சேர்வதற்குள் பதினொன்றரை ஆகிவிடும். இருப்பினும் ஆறுமணி நேரம் அவருடன் செலவழிக்கலாம். இப்போது நிராசையுடன் படுத்துத் தூங்கிக்கொண்டிருப்பார். சாவியை எடுத்து ஓசையெழுப்பாமல் கதவைத் திறந்து உள்ளே நுழைவேன். அவரை எழுப்பாமல் அந்தக் கட்டிலில் படுப்பேன். உறங்குவேன். எந்தத் தொல்லையுமின்றி உறங்குவேன்.

தெருவிளக்குக் கம்பங்களுக்குக்கடியில் வெளிச்சத்தின் மஞ்சள் வட்டங்கள் விழுந்து கிடந்தன. சினிமா தியேட்டரின் பின்பக்கம் ஓலைக்குடிசைகளுக்கு முன்னால் சில சலவைத் தொழிலாளிகள் ஒரு கல்யாண வைபவத்தில் மூழ்கியிருந்தனர். அவர்கள் வட்டமாக நின்று கைகளைக் கோர்த்து நடனமாடி முரட்டுக்குரலில் பாடிக்கொண்டிருந்தார்கள். அவர்களின் குடிசைகளில் சுடர்விடும் சிம்னி விளக்குகளும் அவர்களின் வேடமும் அந்தப்பாட்டும் அந்த அவசர நடனமும் டாக்டருக்கு மகிழ்ச்சியைத் தந்தன. வாழ்க்கை விடிவதற்குள் முற்றுப் பெறும் ஒரு கொண்டாட்டமாக அவருக்குத் தோன்றியது. இல்லையெனில் நான் ஏன் இவ்வளவு அவசரப்பட்டு காரைச் செலுத்தி எனது கணவரிடம் போகிறேன். சலவைத் தொழிலாளர்கள் ஏன் இவ்வளவு அவசரமாக ஆடுகிறார்கள்? விட்டில்கள் ஏன் இவ்வளவு அவசரமாக விளக்கைச் சுற்றி வட்டமடிக்கின்றன. டாக்டர் காரின் வேகத்தைக் கூட்டினார். சாலைகள் கறுத்த ஆறுகளாகத் தெரிந்தன. அவை விரைந்து பின்னோக்கி ஓடிக்கொண்டிருந்தன. தனக்குள் தன் உடலுடன் எந்தவிதத் தொடர்புமில்லாத ஒரு புராதன உயிர் மறைந்திருந்து கட்டளைகளைப் பிறப்பிப்பதாக டாக்டருக்குத் தோன்றிற்று. விரைந்து விரைந்து செல். உனது பிறந்தநாள் ஞாபகமிருக்கிறதா? அது கேட்டது. உனக்கு ஐம்பது வயதாகிவிட்டது. நீ கிழவியாகிக்கொண்டிருக்கிறாய்.

தனது கழுத்தில் தொங்கிய தாலியை இடது கையால் தொட்டு வருடி டாக்டர் புன்னகைத்தார். ஐம்பதா? ஆனாலென்ன? என்னைப் போன்ற அதிர்ஷ்டசாலி யார்? என் வாழ்க்கையே ஒரு தேனிலவு... முடிவு பெறாத ஒரு தேனிலவு.

மணி பதினொன்றே கால் ஆனபோது டாக்டர் தனது வீட்டுப்படிகளை அடைந்தார். காரை விட்டு வெளியே வந்த அவர் பெருமிதத்தோடு அந்த வீட்டைப் பார்த்தார். நிலவொளியில் குளித்துக்கொண்டிருக்கும் சிறிய மாளிகை... ஒரு சிறிய உலகம். அவ்வீடும் அதில் அமைந்திருக்கும் வாசலும் சுற்றியிருக்கும் தோட்டங்களும் பூமியிலிருந்து எழுந்து அந்தரத்தில் தனித்து நிற்பதாக அவருக்குத் தோன்றியது. இது எனது வீடு... எனது தோட்டம்... எனது மரங்கள்... சொந்த ஆகாயக் கீற்று. பிறகு அந்த வீட்டின் வெண் மாடத்தின் மீது தெரியும் வெண்முகம் எனது நிலவு.

அவர் புடவை நுனியைப் பிடித்து படிக்கட்டுகளிலேறினார். பின்னர் கைப்பையிலிருந்த டார்ச் லைட்டை எடுத்து சாவித் துவாரத்தைக் கண்டுபிடித்தார். அப்போது மனம் அர்த்தமின்றி ஒரு குயிலைப் போல பாடிக்கொண்டிருந்தது.

○○○

படுக்கையறையின் கதவு திறந்திருந்தது. டாக்டர் செருப்பு களைக் கழற்றிக் கதவருகில் வைத்துவிட்டு அந்த இருட்டை உற்றுப் பார்த்தார். நிலவொளிபட்டு கட்டிலின் பித்தளைக் கால்கள் ஓர் இளம் வெளிச்சத்தில் பிரகாசித்தன. கணவர் ஒருக்களித்துப் படுத்திருந்தார். தனது கையின் ஸ்பரிசத்தை அவர் உணராமலிருக்க டாக்டர் கட்டிலின் கால்மாட்டில் சென்று அமர்ந்தார். கால்களை மெதுவாக மேலே தூக்கி வைத்தார். ஒரு கையைப் படுக்கையில் ஊன்றி, சாய்ந்தபோது மறுகை ஒரு வழவழப்பான காலின் மீது உரசியது. திடுக்கிட்ட டாக்டர் கையைப் பின்னுக்கு இழுத்துக்கொண்டார். தடவிப் பார்த்தார். என்ன! ஒரு பெண்ணா? வழவழப்பான கால்களையும் ஒடிசலான உடம்பையும் உடைய ஓர் இளம் பெண்!

டாக்டர் துடித்துப்போனார், தனக்குள் மிகவும் வயதேறிய ஒரு புராதன உயிர் மீண்டும் எழுந்தமர்ந்து பேசத் தொடங்கிய தாக அவருக்குப் பட்டது. ‘துரோகம், துரோகம்’ நீயும் வஞ்சிக்கப் பட்டிருக்கிறாய்!

அறையின் மூலையில் நிறுத்தப்பட்டிருந்த அலமாரியின் நிலைக் கண்ணாடி மீது நிலவொளிபட்டு புன்னகையைத் தூவியது... துரோகம், துரோகம், துரோகம். உன்னை யார்

நேசிக்கிறார்கள்? உனக்கு ஐம்பது வயதாகிவிட்டது. உன்னை யாரும் நேசிக்கவில்லை.

டாக்டர் வெறும் கால்களுடன் கீழே ஓடினார். எதற்காகத் தப்பியோடுகிறேன்? நான் குற்றவாளி இல்லையே? நான் ஒரு கோழை, பரிதாபத்திற்குரிய கோழை, கீழே சென்றதும் வாசற்கதவை மெதுவாக மிக மெதுவாக இழுத்துப் பூட்டிவிட்டு வெளியேறினார். காரில் ஏறியமர்ந்தவுடன் உதிராத கண்ணீர்த்துளிகள் அவரது கண்களை வேதனைப்படுத்தின. திரும்ப ஒருமுறை தனது அழகான அந்த மாளிகையையும் அதன் மீது நகரும் நிலவையும் காண விரும்பினார். ஆனால் திரும்பிப் பார்க்கத் தைரியம் எழவில்லை.

காரின் வேகத்தை விரைவுபடுத்தினார். தனக்குள் இருந்த புராதன உயிர் எழுந்து நின்று பரிகாசம் பண்ணி ஒல்லியான கால்கள் மீது ஏறி நின்று கூத்தாடுவதாக டாக்டருக்குத் தோன்றியது. துரோகம், துரோகம், துரோகம். உன்னை யாருமே நேசிக்கவில்லை.

டாக்டர் தெருக்களில் விழுந்து கிடக்கும் மஞ்சள் வெளிச்சக் கீற்றுகளைப் பார்த்தார். சலவைத் தொழிலாளிகள் பாடி நடனமாடுவதைக் கண்டார். ஒரு கயிற்றுக்கட்டிலின் மீது கழுத்துவரை பூமாலைகளைச் சூடிய கறுத்த, பிரகாசமான முகம் படைத்த மணப்பெண் ஒருத்தி வீற்றிருந்தாள். அவரது கண்கள் நிரம்பி வழிந்தன. தனது கழுத்தில் தொங்கிக்கொண்டிருந்த தாலியை கையால் தொட்டு வருடியபடி தனக்குள் சொன்னார்.

'பாவம் என் தாலி.'

(1959)

# கல்யாணி

அவள் தனது கணவரை அலுவலகத்தில் விட்டுவிட்டு வீட்டை நோக்கி காரில் திரும்பிக் கொண்டிருந்தாள். பாலத்தை நெருங்கியதும், தனது வழியை மறித்து ரோட்டில் நின்றிருந்த ஐந்தாறு ஆட்களைக் கண்டதும் பயந்து காரை நிறுத்தினாள். அவர்கள் போலீஸ்காரர்களென்று விளங்கியது. அவர்களில் ஒருத்தன் அவளருகில் நெருங்கிக் கேட்டான்:

"இப்படியா வண்டியை ஓட்டுறது?"

அதிர்ச்சியில் சற்றுநேரம் எதுவும் பேசவில்லை. அவனது முகத்தோற்றம் முரட்டுத்தனமாக இருந்தது. மிகவும் தணிந்த குரலில் பதிலளித்தாள்: "மெதுவா தானே ஓட்டிட்டு வந்தேன்."

"நான் அதைச் சொல்லல" என்றான் அந்த போலீஸ்காரன்.

"நான் என்ன தப்பு பண்ணினேன்?"

அவன் மற்றவர்களிடம் சைகை காட்டி, காரின் இடதுபுற சீட்டில் ஏறி அமர்ந்துகொண்டான்.

"ஓட்டிட்டுப் போ. நான் சொல்லுற வழியில போ. நாம போலீஸ் ஸ்டேஷன் வரைக்கும் போக வேண்டியிருக்குது." அவளருகில் அமர்ந்திருந்தவன் சொன்னான்.

"போலீஸ் ஸ்டேஷனா? நான் என்ன பண்ணினேன்? ஒண்ணுமில்லையே. நீங்க எதுக்காக என்னை அங்க கூட்டிட்டுப் போறீங்க?"

அவளது குரலில் ஒரு விசும்பல் கலந்திருந்தது. போலீஸ் காரர்கள் மௌனமாக இருந்தார்கள். கடைசியாக, சிவப்புச் சுவர்களாலான இரண்டடுக்குக் கட்டடத்தின் எதிரில் நிறுத்தச் சொன்னார்கள்.

அவர்கள் அவளுடன் இறங்கினார்கள்.

"வாங்க உங்க புகார்களை எல்லாம் உள்ளே இருக்குற ஆள்கிட்ட சொல்லுங்க."

அவள் பின்னோக்கித் திரும்ப யத்தனித்தபோது அவன் அவளது கையை இறுகப்பிடித்தான். அவனது முஷ்டிக்குள் தனது கைவிரல்கள் நொறுங்குவதாக அவளுக்குத் தோன்றியது.

அவ்விடத்தில் வேறு போலீஸ்காரர்கள் யாருமில்லை. அவர்கள் நடந்து ஒரு படிக்கட்டை அடைந்தார்கள். யாரோ அந்த மூலையில் வெற்றிலை மென்று துப்பிய எச்சில் உலர்ந்திருந்தது. படிக்கட்டில் இடதுபக்கச் சுவர் மீது வங்காள மொழியில் எதையோ கிறுக்கி வைத்திருந்தார்கள். அவள் படிக்கட்டில் ஏறும்போது கூட போலீஸ்காரன் பிடியை விடவில்லை. அவளது கண்களிலிருந்து கண்ணீர்த்துளிகள் துளிர்த்தன.

"அழறீயா? தப்பு பண்ணிட்டு அழுகை வேறயா?" என்றான் அவன்.

"நான் என்ன குற்றம் பண்ணினேன்." அவள் கேட்டாள்: "எந்தச் சட்டப்படி நீங்க என்னை இங்க இழுத்துகிட்டு வந்தீங்க?"

"சட்டம் பேச வந்துட்டா!"அவன் ஓர் அருவருக்கும் சிரிப்புடன் சொன்னான். பின்தொடர்ந்து வந்தவர்களும் சிரித்தார்கள்.

அவர்கள் ஒரு விசாலமான தளத்துக்கு வந்து நின்றார்கள். அங்கு அடர்நீல திரைச்சிலைகள் தொங்கவிடப்பட்ட ஜன்னல் கதவுகள் இருந்தன. ஒரு மேசையோ, நாற்காலியோ எதுவும் அந்த அறையில் தென்படவில்லை. ஓர் அழகிய பெண்ணின் ஓவியம் மட்டும் சுவரில் மாட்டப்பட்டிருந்தது.

"இப்ப வந்திருவார்." ஒரு போலீஸ்காரன் அவளிடம் கூறினான்.

"யார்?"

அவர்கள் அதற்குப் பதிலளிக்கவில்லை. ஒருத்தன் பாக்கெட்டிலிருந்து ஒரு விலங்கை எடுத்து அவளது கையில் பூட்டினான்.

"என் கணவருக்கு போன் பண்ணுங்க. அவர் இங்க வரட்டும்."

"உன் புருஷன் எதுக்காக வரணும். குற்றம் பண்ணினது புருஷன் இல்லையே. குற்றம் பண்ணினவ நீதானே?"

"என்ன குற்றம்?"

"யோசிச்சுப் பார்."

அவர்கள் அந்த அறையின் நடுவில் அவளை நிறுத்தி விட்டு அங்கிருந்து அகன்றார்கள். அவள் தன்னையே தேற்றிக் கொள்ள முயன்றாள். இதெல்லாம் ஒரு கனவு. நான் செய்த தவறு என்ன? எதுவுமில்லை. ஆகவே இதெல்லாம் ஒரு தீயக்கனவாக இருக்கும் . . . ஆனால், அவளது கைகள் வலித்தன. அவள் மீண்டும் அழத் தொடங்கினாள்.

"வந்திட்டியா? நான் காத்துகிட்டு இருந்தேன்." சட்டென்று அங்கு நுழைந்த ஒரு நடுத்தர வயது ஆள் கேட்டான். அவன் குள்ளமான தடித்த உடல்தோற்றத்தைக் கொண்டவனாக இருந்தான்.

"யார் நீங்க?" அவள் கோபமாகக் கேட்டாள்.

"யாரா! ஹ ஹ ஹ! அவள் சொல்லுறதைக் கேட்டீங்களா?" அவன் பின்பக்கம் திரும்பிக் கேட்டான். திடீரென்று போலீஸ் காரர்கள் கதவுப்படியில் வெளிப்பட்டார்கள். "இது எங்க எஜமானன்."

"இன்ஸ்பெக்டரா?" அவள் கேட்டாள்.

அவர்கள் தலையாட்டினார்கள். எஜமானன் என்று அழைக்கப்பட்ட நபர் வெண்ணிற காலர்களையும் மேற்பகுதியில் இரண்டு பொத்தன்கள் உடைந்த நீல சட்டையையும் அணிந்திருந் தான். அவனது பற்களில் வெற்றிலைக்கறை படிந்து கருப்பேறி அருவருப்பாகத் தெரிந்தது. அவள் வெறுப்புடன் பின்னோக்கி நகர்ந்து சுவரில் சாய்ந்து நின்றாள்.

"அப்படின்னா நீ குற்றத்தை ஒத்துகிட்டே இல்ல?"

"என்ன குற்றம்? நான் காரை ஓட்டிட்டு வந்துகிட்டிருந்தேன். இந்த போலீஸ்காரன் வழிமறிச்சு காரை நிறுத்தச் சொன்னான். அப்புறம், காரணம் சொல்லாம இங்க இழுத்திட்டு வந்திட்டான். இது என் புருஷனுக்குத் தெரிஞ்சா ..."

"புருஷன்! உனக்கும் புருஷன் இருக்கானா, கல்யாணி" அவன் கேட்டான்.

"நான் கல்யாணி இல்ல" என்றாள் அவள்.

"உன்னை எனக்குத் தெரியாதுன்னு முடிவு பண்ணிட்டியா?" என்றான் அவன்.

"உங்ககிட்டே ஏதோ தப்பு நடந்திருக்குது. என்னை விட்டு விடறதுதான் நல்லது."

"இவளுக்கு மூணு மாசம் கடும்சிறை" என்றான். போலீஸ்காரர்கள் எதிரில் வந்து அவளை இழுத்துக் கொண்டு ஒரு கூடத்தின் வழியாக அடுத்த அறைக்கு கூட்டிப் போனார்கள். அதுவோர் இருள் சூழ்ந்த சிறிய அறை. அதில் ஜன்னல்கள் இல்லை என்பதை தெரிந்து கொண்டாள்.

"உன்னோட துணிகளை எங்ககிட்ட குடு" ஒரு போலீஸ்காரன் சொன்னான்.

"எதுக்காக?" அவள் கேட்டாள்.

"இங்க யூனிஃபாம் தருவோம். இனி அதுதான் உன்னோட உடை."

அவள் அழத்தொடங்கினாள். "என்னால முடியாது."

"உனக்கு எப்ப வந்தது இந்த வெட்கம் எல்லாம், கல்யாணி?" ஒரு போலீஸ்காரன் கேட்டான்.

"நான் கல்யாணி இல்ல." தழுதழுத்த குரலில் சொன்னாள்: "என் பேரு அம்மிணி. நான் மிஸ்டர் மேனனோட மனைவி.

"மனைவி!" அவன் கிண்டலாகச் சொன்னான். விலங்கைக் கழற்றியெடுத்து அவளை விடுவித்தான். அவர்கள் அவளது உடைகளைச் சுருட்டியெடுத்து, கதவைச் சாத்திவிட்டு வெளியேறினார்கள். பிறகு அவளால் அந்த அறையிலிருந்த எதையும் பார்க்க இயலவில்லை. அதுவோர் இருட்டறை. அவள் கைகளால் துழாவி ஒரு சுவரைக் கண்டடைந்தாள். அந்தச்சுவரில் சாய்ந்து தரையில் அமர்ந்தாள்.

அப்போதும் அவள் பிதற்றிக்கொண்டிருந்தாள், இதுவொன்றும் உண்மை இல்லை. இதுவொரு கெட்டக்கனவு மட்டுமே. தன்னை எதற்காக போலீஸ்காரர்கள் கைது செய்தார்கள்? நாளைக் காலையில் விழித்தெழும்போது கணவரிடம் இதைப்பற்றிக் கூறவேண்டும். பின்னர் ...

சட்டென்று மீண்டும் கதவு திறக்கப்பட்டது. டார்ச் விளக்குடன் ஒரு போலீஸ்காரன் அவளருகில் வந்தான்.

“இதைக் குடிச்சுட்டுப் படுத்துக்க. நாங்க யூனிஃபாமை எடுத்திட்டு வந்து தர்ரோம்.” அவன் பாக்கெட்டிலிருந்து ஒரு பாட்டிலை வெளியே எடுத்தபடி சொன்னான்.

“எனக்கு எதுவும் வேண்டாம்.” தனது கைகளால் உடலை மூட முயன்றவாறு சொன்னாள்.

“குடி” என்றான் அவன். பின்னர் அவள் தயங்கவில்லை. அந்தப் பாட்டிலை எடுத்து அதிலிருந்த கசப்புப் பானத்தை முழுவதுமாகப் பருகித் தீர்த்தாள்.

போலீஸ்காரன் அங்கிருந்து அகன்றான்.

வெகுநேரம் அவள் எந்த அசைவுமின்றி அந்தத் தரையில் படுத்தாள். தனது உடல் ஓர் இரையைப் போல வீசியெறியப்பட்டு அந்த இருட்டில் மிதந்து பறப்பதாக உணர்ந்தாள் ...

கதவு திறக்கப்படும் ஒலியைக் கேட்டு எழுந்து உட்கார்ந்தாள். சட்டென்று அந்த அறையில் மின்விளக்குகள் ஒளிர்ந்தன. வெட்கத்தால் கண்களை மூடிக்கொண்டாள்.

“அம்மிணி! நீ இதைச் செய்வேன்னு நான் நெனைக்கலை.”

அவள் கணவன் கூறினான். அவள் கண்களைத் திறந்து, அவனைப் பார்த்த மகிழ்ச்சியில் தன்னை மறந்த குரலில் பேசினாள்:

“வந்திட்டீங்க இல்ல. என்னைச் சீக்கிரமா கூட்டிட்டுப் போங்க.”

அவன் எதுவும் பேசவில்லை. அப்போது அவனது கண்கள் எதிர்மூலையில் சென்று விழுந்தன. அவளும் அந்தப் பக்கம் பார்த்தாள். அங்கு ஒரு மனிதன் கட்டிலில் படுத்துத் தூங்கிக் கொண்டிருந்தான்.

“என் கையில் கடிதம் கெடைச்சப்போதும், போன்ல இப்படியொரு தகவல் கெடைச்சப்போதும் நான் நம்பல. யாரோ வேடிக்கைப் பண்ணுறாங்கன்னு நெனைச்சேன். நீயொரு விபச்சாரின்னு ஒருநாளும் நம்பினது கிடையாது ...” அவளுடைய கணவன் கூறினான்.

“நீங்க என்ன சொல்றீங்க? நான் என்ன செஞ்சேன்னு நீங்க சொல்றீங்க? போலீஸ்காரங்கதான் என்னை இங்க இழுத்திட்டு வந்தாங்க” என்றாள்.

அவன் எதுவும் பேசாமல் அறையை விட்டு வெளியேறினான்.

“போகாதீங்க. நான் சொல்றதைக் கேளுங்க.”

அவனைப் பின்தொடர்ந்து ஓட வெட்கம் அவளை அனுமதிக்கவில்லை. அவள் கூடத்தில் ஒரு தூணின் மறைப்பில் நின்று உரக்கத் தேம்பியழுதாள்.

"எதுக்காக இப்படி வருத்தப்படுறே, கல்யாணி?" அறிமுகமான அந்தக் குரலைக் கேட்டு திரும்பிப் பார்த்தாள். எஜமானன் என்றழைக்கப்பட்ட மனிதன் ஒரு புன்னகையுடன் அவளை நெருங்குவதைக் கண்டாள். அவள் மீண்டும் அழத் தொடங்கினாள்.

"எதுக்காக நீ அழறே, கல்யாணி?" அவன் கேட்டான். "உன்னோட புருஷன்ங்கற ஆசாமி போனதைப் பாத்தியா? உனக்குத்தான் நான் இருக்கேனே? நம்மோட காதலுறவுக்கு எத்தனை காலப் பழக்கம். அது இருக்கறப்ப நீ ஏன் கவலைப் படணும்?"

"நீங்க என்ன பேசறீங்க. நான் கல்யாணி இல்ல. நான் அம்மிணி."

"நீ கல்யாணியேதான். நீ எப்போதும் எப்போதும் என்னோட கல்யாணிதான்."

களைப்பில் மூட ஆயத்தமாகும் கண்களுடன் அந்த ரோமம் இல்லாத முகத்தைப் பார்த்தாள்.

"நான் கல்யாணியா?" அவள் கேட்டாள்.

"ஆமாம், நீ கல்யாணியே தான்."

அவ்வாறு, பாம்புகள் சட்டையுரிப்பதைப் போல அனாயசமாக அவள் அம்மிணி என்கிற பெயரைக் கைவிட்டாள் ...

(1960)

## கோடை விடுமுறை

ஒல்லியாக, கோணலாக வளைந்து, காய்ந்த கிளைகளைக்கொண்ட சிறிய மரம் அது. மழை பெய்யாத காலம் என்பதால் அதனுடைய இலைகள் மீது அரிவாள் வடிவத்தில் வளைந்திருந்த ஒரு சிறுகிளையில் சிலந்தி வலை தொங்கிக் கொண்டிருந்தது.

தெற்குத் தோட்டத்தில் இறந்தவர்களை எரியூட்டும்போது நட்டு வைக்கும் தென்னை மரங்களுக்கிடையில், ஒரு வரப்பையொட்டி நின்றிருந்தது அந்த மரம். நான் இங்கு வர வேண்டியவள் அல்ல. ஆனால், என்னை அழித்து விடாதீர்களென்று எங்களிடம் முறையிடுவதாகத் தோன்றியது.

நான் பாட்டியுடன் நடந்தேன். தென்னை மரத்தினடியில் கிடந்த பிஞ்சுக் காய்களை எனது பாவாடை மடிப்பில் சேமித்துக்கொண்டிருந்தேன்.

"அது என்ன மரம்?" பாட்டியிடம் கேட்டேன்.

சிறு வயதிலிருந்தே பாட்டிக்குப் பார்வை மங்கியிருந்தது. ஆகவே, கண்களை இடுக்கி நான் சுட்டிக்காட்டிய இடத்தைப் பார்த்தார்.

"ஓ அது நாவல் மரம்."

"நாவல் மரமா?"

"ஆமா, அம்மு நாவல்பழத்தைப் பாத்த தில்லையா?" கருநீல நிறத்தில கோலி அளவுக்கு... அம்மு அதைப் பாத்திருக்க மாட்டே."

"அதைச் சாப்பிடலாமா?"

"பின்னே! கொஞ்சம் துவர்ப்பா இருக்கும். அத்தனை தித்திப்பு? நான் ஸ்கூல்ல படிக்கறப்ப எத்தனை சாப்பிட்டிருக்கேன்! பேசறப்ப ஒரு விஷயம் ஞாபகத்துக்கு வருது. மடத்தில தேவு என்கிறவள் என்கூட படிச்சிட்டு இருந்தாள். அவளுக்குக் கரிநாக்கு. கொழந்தே, அவள் எங்கிட்ட சொன்னா – என் கண்கள் கண்ணாடிப் பாத்திரத்தில நாவல்பழத்தைப் போட்ட மாதிரி இருக்குதாம். என் கண்கள் குருடாகிப் போயிடும்னு நெனைச்சேன். அந்த ராத்திரி எனக்குத் தூக்கமே வரலை."

பாட்டி தென்னை மரத்தடியில் கிடந்த பாளையை எடுத்து உதறி விஷயத்தை மாற்றினாள்:

"தேங்காய் எண்ணெயைக் காய்ச்சி வடிகட்டுறதுக்காக"

அந்த நாவல்மரத்தின் அருகில் போனேன். அதனுடைய அடிமரத்தில் ஒரு பொந்து காணப்பட்டது.

"அந்த தேவு எங்கே?" என்று கேட்டேன்.

பாட்டி சிரித்தாள்.

"தேவு செத்துட்டாள். அடுத்து, நான் மட்டும்தான் உயிரோட இருக்கேன். என் கூட இருந்தவங்களெல்லாம் போயிட்டாங்க. கார்த்து, வடக்கேமுறி சின்னம்மா, மாரத்தெ குஞ்ஞீ இவங்கல்லாம் பாட்டியோட சிநேகிதிங்க . . ."

"அவங்க எல்லாம் இறந்திட்டாங்களா?"

"ம்ம்."

"இப்ப பாட்டிக்கு ஃபிரண்டா யாரும் இல்லையா?"நான் கேட்டேன். எனக்குப் பாட்டியைப் பார்க்கப் பரிதாபமாக இருந்தது. நான் அருகில் சென்று அவளுடைய இடுப்பை அணைத்தேன்.

"பாட்டிக்கு நான் இருக்கேனே?" என்று வினவினேன்.

"ஆமா! அம்மு, பாட்டிக்கு அமமு போதும்."

என் கையை இறுகப்பிடித்துத் தோட்டத்தைக் கடந்து வாசலுக்கு வந்தாள்.

"ஏன் பாட்டியோட கை இப்படி இருக்குது? நரம்பு துருத்திட்டு. என் கையில நரம்பே இல்லே." பாட்டி கையிலிருந்த பாளையை இறாவணத்தின் மீது எறிந்து, குளப்புரையை நோக்கி நடந்தாள். பாட்டியின் சோப்புத்துண்டு வைக்கப்பட்டிருந்த மூடியில்லாத சிவப்புப்பெட்டியும் தலைதுவட்டும் துண்டும் படித்துறை கல்மீது காணப்பட்டன.

"நான் இதை வெச்சதைச் சுத்தமா மறந்திட்டேன்." சோப்பை எடுத்துப் பார்த்த பாட்டி சொன்னாள்: "காகம் தூக்கிட்டு

போகாம இருந்தது என்னோட அதிர்ஷ்டம்." "காகம் சோப்பைத் தின்னுமா?"

"தின்னாது. ஆனா அழகா தெரியறதால எடுத்துட்டுப் போயிடும்."

நான் நினைத்துக்கொண்டேன். எப்பேர்பட்ட முட்டாளாக இருக்கிறாள் பாட்டி! பாட்டியின் சோப்புத்துண்டுக்கு எந்த அழகும் கிடையாது. எதற்காக அதைக் காகம் எடுத்துப்போய் விடுமென்று கருதுகிறாள். தேய்ந்து தேய்ந்து ஓடாகிப் போன இந்த சோப்புத்துண்டைக் காகம் விரும்புமா?

"காகத்துக்கு அழகு தெரியுமா?" நான் கேட்டேன்.

"காகத்துக்கு அழகெல்லாம் தெரியும். இல்லைன்னா, எதுக்காக எண்ணெய்க் கிண்ணத்தைக் கொத்திட்டுப் பறக்குது? ஆனா இதுகளுக்கு நல்ல புத்தி இருக்குது. நம்ம மனுஷங்களை விட அறிவும் துணிச்சலும் அதுகளுக்குத்தான்."

"ஏன் அப்படி?"

"அப்படித்தான்." பாட்டி எனது சட்டையைக் கழற்றித் தண்ணீரில் நனைத்து கல் மீது வைத்தாள். பிறகு துவைக்கும் சோப்பை நுரைக்க வைத்துத் தோய்க்கத் தொடங்கினாள்.

"பாட்டி."

"ம்ம்."

"நான் ஸ்கூல் திறந்து கல்கத்தாவுக்குப் போன பெறகு, பாட்டி கூட குளத்துக்கு யார் வருவாங்க?"

"யாரும் இருக்க மாட்டாங்க. அம்முவே."

"அப்ப பாட்டிக்கு பயம் இருக்காதா?"

பாட்டி துவைப்பதை நிறுத்தி, ஏறிட்டு என் முகத்தைப் பார்த்தாள்.

"பாட்டிக்குப் பயம் கெடையாது அம்மு, பாட்டி கொழந்தை இல்லையே. பாட்டிக்கு எத்தனை வயசாச்சுன்னு தெரியுமா?"

நான் தலையசைத்தேன். அறுபத்தியெட்டு. இந்த ஆவணியில அறுபத்தொன்பது ஆயிடும்."

"பாட்டி எப்ப செத்துப் போவீங்க."

"எப்போன்னு எப்படித் தெரியும்? கடவுளுக்குத் தோணுறப்ப அங்கக் கூட்டிட்டுப் போயிடுவார் அவ்வளவுதான். இந்தத் தரவாட்டுலே யாரும் இத்தனை காலம் உசிரோட இருந்ததில்லே. அம்மா நாற்பது வயசுல இறந்திட்டாள். தாய்மாமன் நாற்பத்தி

அஞ்சுலே. பாட்டி ஐம்பது ஆகறதுக்குள்ளே போயிட்டாள். பிறகு, கமலம். நான் மட்டும் சாகலை. எப்படியெல்லாம் அனுபவிக்கணும்னு இந்த மகாபாவியை இப்படி உட்கார வெச்சிட்டிருக்கானோ."

பாட்டி, வேட்டியின் தலைப்பால் கண்களைத் துடைத்துக் கொண்டாள். மூக்கைப் பலமாகச் சிந்தினாள்.

"பாட்டி சீக்கிரமா செத்திடுவியா?"

பாட்டி சிரிக்க முயன்றாள். அவளது பற்கள் தேய்ந்து சிவந்திருந்தன. அவளது வாயிலிருந்து வெற்றியிலையினுடைய, களிப்பாக்கினுடைய நறுமணம் அவ்வப்போது வீசிக்கொண் டிருந்தது. நான் அவளது கழுத்தில் கையைப் போட்டு, எனது முகத்தை அவளது கன்னங்களில் அழுத்தி உரக்கக் கெஞ்சினேன்.

"சாக மாட்டேன்னு சொல்லு. பாட்டி சாக மாட்டேன்னு சொல்லு. சாக மாட்டேன்னு என்கிட்டே சத்தியம் பண்ணணும்."

பாட்டியின் கண்கள் நிறைந்தன. ஆனால், சிரித்தபடி கூறினாள்: "சரி, அம்மு, சரி. பாட்டி சாக மாட்டேன். போதுமா?"

○○○

மறுநாள் பாட்டியைப் பார்க்கச் சில பெண்கள் வந்திருந்தார்கள். அவர்கள் என்னைப் பார்த்ததும் கேட்டார்கள்.

"மகளோட கொழந்தை தானே?"

அந்தக் கேள்வியைப் பாட்டி விரும்பவில்லை.

"பின்னே வேற எந்தக் கொழந்தை இங்க தங்கி இருக்கும்?"

"மத்தவங்க கொழந்தையைப் புடிச்சு வெச்சுக்குவேனா நான்?" பாட்டி கேட்டாள்.

அந்தப் பெண்கள் சிரித்தார்கள்.

"பாத்த உடனே தெரிஞ்சுகிட்டோம்... இருந்தாலும் கேட்டோம். யார் கூட வந்தாள். வேலாயுதமேனன் வந்திருக்கிறாரா?"

"இல்ல. திருச்சூர் வரைக்கும் வந்தார். லீவு கெடைக்கலை யாம். நானும் சங்குண்ணி நாயரும் சேர்ந்து திருச்சூர்ல இருந்து கொழந்தையைக் கூட்டிட்டு வந்தோம்."

"கொழந்தையை காரியஸ்தன் கூட வேலாயுதமேனன் அனுப்புவார்னு தோணுதா பாரதி? . . . ஹூம்! நல்ல கதையா போச்சு! அதுவொன்னும் நான் உசிரோட இருக்கற காலத் துக்குத் தேவைப்படாது. திருச்சூர் வரைக்கும் போயிட்டுவர எனக்கென்ன சிரமம்? கார்காரங்ககிட்டே முந்தின நாளே இங்கே வந்து தங்கச் சொல்லணும். அவ்வளதான். பொழுது

விடியறதுக்குள்ளே நானும் சங்குண்ணி நாயரும் கிளம்பிடுவோம். திருச்சூர் ஸ்டேஷனை எட்டுறதுகுள்ளே சரியா வண்டி வந்து சேர்ந்திடும்."

"கொழந்தை வளர்த்திட்டாள். போன வருஷம் பாத்தப்ப இப்படி இல்ல." சிவப்புப் பதக்கமும் அட்டிகையும் அணிந்த தடித்தப் பெண் சொன்னாள். அவளது மடியில் ஒரு குழந்தைத் தூங்கி வழிந்துகொண்டிருந்தது.

"வளர்ந்திட்டாள்னு தோணுது" என்றாள் பாட்டி.

"உடம்பு இல்ல."

"இந்தச் சட்டையெல்லாம் மாட்டிட்டு இருக்கறதுனாலதான் தடிச்ச மாதிரி தோணுது."

"நான் தடிச்சிட்டேன்" என்றேன்.

பற்கள் உந்தி நிற்கும் ஒல்லிப்பெண் கைகளால் பல்லை மறைத்து மெல்லச் சிரித்தாள். பாட்டி கோபமடைந்தாள். "நல்ல குண்டு. எலும்புக்கூடு. தடிக்கவும் இல்ல. தேறவும் இல்ல. முகமெல்லாம் கருத்துப்போனதைப் பாக்கலையா?"

பாட்டி என்னை இழுத்து பக்கத்தில் அமர வைத்து எனது கூந்தலைக் கைவிரல்களால் கோதினாள். "ஆ!" என்றேன். "ஆ . . ." தடித்தப் பெண்ணின் மடியிலிருந்த மொட்டைத்தலை குழந்தை சட்டென்று வாயைப் பெரிதாகத் திறந்து கூச்சலிட்டது.

"பேசாமல் இரு" என்றாள் அப்பெண்.

"சும்மா இருக்கறப்பத்தான் பையனுக்கு அழுகை!"

"அதுக்குப் பசியா இருக்கும்" என்றாள் பாட்டி.

"பாலுக்கு அழறான்."

"இல்ல. இப்பத்தான் குடிச்சான்." பையனுக்கு அடி தேவைப் படுது . . ."

அந்தப் பெண் கண்களை உருட்டி அந்தக்குழந்தையின் முகத்தைக் கோபமாகப் பார்த்தாள்.

"நான் உன்னைக் கொன்னுடுவேன். பாத்துக்க நான் உன்னைக் கொன்னுடுவேன்!" என்றாள்.

நான் பாட்டியின் பின்பக்கம் நகர்ந்து நின்றேன்.

"அந்தக் கொழந்தையைக் கொன்னுடுவாங்களா?" நான் பாட்டியின் காதில் சொன்னேன். குழந்தை உரக்கக் கத்திக் கொண்டிருந்தது. எனக்கு அதனுடைய தலை பெரிய பந்தைப் போல தோன்றியது. அல்லது ஒரு மஞ்சள் பலூன்.

“அம்மு. என்ன சொல்றே?” பாட்டி கேட்டாள். “எனக்குக் கேட்கலை.”

“அந்தக் கொழந்தையைக் கொன்னுடுவாங்களா?”

நான் மறுபடியும் கேட்டேன்.

“யார்?”

“அந்தக் கொழந்தையோட அம்மா.”

பாட்டி உரக்கச் சிரித்தாள். “கேட்டியா பாரதி? அம்மு கேட்கிறாள். நீ உன்னோட கொழந்தையைக் கொன்னுடுவியான்னு! அவ நீ சொல்லுறதை எல்லாம் நெஜம்னு நெனைச்சிட்டாள்.”

“அம்மாக்கள் கொழந்தைகளைக் கொல்லுவாங்களா அம்மு?” தடித்த பெண் என்னிடம் கேட்டாள். குழந்தைகள் மேல பாசம் காட்டுறதுல அம்மாக்களைக் காட்டிலும் வேறுயாருமில்ல.”

“பாவம், அவளுக்கென்ன தெரியும்?” அதுவரை பேசாமல் வெற்றிலையை மென்றுகொண்டிருந்த தலை நரைத்த ஒரு கருப்புப்பெண் கேட்டாள். “அவள் தலையெழுத்து இப்படி ஆயிடுச்சே?”

தாயும், நிலாவெளிச்சமும் இருந்ததான் சுகம் . . . பாரதி என்ற பெயரை உடையவள் சொன்னாள். அது ரெண்டும் இல்லைன்னா சுகம் கெடையாது . . . பாட்டி சட்டென்று எழுந்து வேட்டியை உதறி எழுந்து நின்றாள்.

“இங்கே உட்காருங்க! நான் சமையலறையைப் போய் பாத்திட்டு வர்ரேன். மணி நாலு நெருங்கிடுச்சு. டீ தயாரகல? இவனொரு சோம்பேறி . . . இந்த அச்சுதன்! அவனால எதுவும் ஆகாது . . . வா . . . அம்மு நாம போய்ப் பாத்திட்டு வரலாம்.”

சமையலறை தரையில் அமர்ந்து, ஒரு தட்டில் பருப்பு வடைகளைப் பரப்பிக்கொண்டிருந்தான் அச்சுதன். அச்சுதனின் வேட்டியும் சமையலறையின் சுவர்களும் கருப்புநிறத்தைப் பெற்றிருந்தன. பாட்டியைக் கவனித்ததும் எழுந்து நின்று சொன்னாள்:

“மைசூர்பழம்தான் கெடைச்சது. பூவன்பழம் தீர்ந்திடுச்சாம்.”

பாட்டி மெதுவாக முனகினாள். அடுப்பின் மீது இருந்த காப்பிக்கிண்டியின் மூடியை இடுக்கியால் தூக்கி, நீர் கொதித்து விட்டதை உறுதிச்செய்தாள். அடுப்புத்திண்ணை மீது ஒரு முட்டைவிளக்கு நிதானமாக எரிந்துகொண்டிருந்தது.

“இந்த விளக்கை கொஞ்சம் துடைக்கக் கூடாதா அச்சுதா? அதையும் நான் சொன்னப் பெறகுத்தான் செய்யணுமா?”பாட்டிக் கேட்டாள்.

"துடைச்சப் பெறகும் கரி போகமாட்டேங்குது" என்றான் அச்சுதன். முழுசா கெட்டுப் போச்சு. சிம்னியை மாத்தணும்னு தோணுது."

"சிம்னியை மாத்த வேண்டியதில்ல. உனக்கு ஒவ்வொன்னா தோணும்."

பாட்டி குனிந்து, பழம் வைக்கப்பட்ட தட்டைச் சோதித்தாள். அச்சுதன் என்னைப் பார்த்துச் சிரித்தான். என்னைப் பார்த்து அடிக்கடிச் சிரிப்பதை நான் விரும்பவில்லை. ஆகவே முகத்தைத் திருப்பிக் கொண்டேன்.

"அச்சுதா தெற்கு அறைக்கு நாலு கிண்ணத்தில கொஞ்சம் வடையும் காப்பியும் எடுத்திட்டு வா. கொழந்தைக்கு இங்கேயே குடுத்தா போதும்."

"நான் அங்கே போய்ச் சாப்பிடுறேன்." என்றேன் நான்.

"வேண்டாம்."

"ஏன் பாட்டி?"

"அப்படித்தான்."

பாட்டி சமையலறையிலிருந்து வெளியேறும்போது மெலிந்த குரலில் சொன்னாள்:

"கொழந்தை ராத்திரி குடிக்கறதுக்கான பாலை எடுத்து வெச்சிட்டு மீதியை காப்பியில ஊத்தினா போதும். எல்லாத்தையும் ஊத்திடாதே. உன் கை மகா மோசம் அச்சுதா. நீயொரு ஓட்டைக் கையன்."

அச்சுதன் மீண்டும் என்னைப் பார்த்துச் சிரித்தான். பாட்டி போனதும் அவன் அடுப்புத் திண்ணையின் மீது ஒரு காலைத் தூக்கிவைத்து காதிலிருந்த ஒரு பீடியை எடுத்து என்னிடம் காட்டினான்.

"அச்சுதனோட உசிர் இதுலேதான் நிக்குதுன்னு தெரியுமா? டீயிலேயும் சோறுலேயும் கஞ்சியிலேயும் எதுவுமில்ல. இதுலதான். ஒரு நாளைக்கு ரெண்டு கட்டு பீடி வேணும். இல்லைன்னா அச்சுதனோட உசிரே போயிடும்னு கொழந்தைக்குத் தெரியுமா?"

நான் எதுவும் பேசவில்லை. அச்சுதன் அந்தப் பீடியைப் பற்ற வைத்து வாயில் வைத்துக்கொண்டான். பிறகு காப்பிக்கிண்டியை ஒரு காகிதத்தோடு சேர்த்துப் பிடித்து இறக்கி வைத்தான்.

"முதல்ல கொழந்தைக்குப் பால் தர்ரேன். அப்புறம் தான் மத்தவங்களுக்கு காப்பியைத் தயார் பண்ணுவேன்.

போதுமா? கொழந்தைக்குப் பெறகுதான் இந்த வீட்லே மத்தவங்க எல்லாம் . . . அது கொழந்தைக்குத் தெரியுமா?”

நான் வாசற்படியில் அமர்ந்தேன். அச்சுதன் பீடியைக் கடித்தபடி கேட்டான்: “சரியா?”

நான் சிரித்தேன். அச்சுதன் பீடியை எடுத்து அடுப்புத் திண்ணை மீது வைத்தான். “எனக்கு இந்த வீட்டுல மட்டுமில்ல. இந்த ஊர்லயும் கொழந்தையைத் தவிர வேறு யார்கிட்டேயும் இத்தனை இஷ்டம் கெடையாது. அது கொழந்தைக்குத் தெரியுமா?”

நான் தலையாட்டினேன். “அச்சுதனோட ஊர் எங்கே?”

அச்சுதனோட ஊர் இங்கெல்லாம் இல்ல. அது பெரண்டாரில இருக்குது. கொழந்தை பெரண்டாரின்னு கேட்டதில்லையா . . . அம்மாடியோவ் . . . பேசிட்டு இருந்தா ஆகுமா? தெற்கு அறையில காத்துகிட்டு இருக்குதுங்களே தின்ன அலையற ஒரு கும்பல். அதுங்களுக்கெல்லாம் காப்பியும் பலகாரமும் குடுக்கலைன்னா அச்சுதனைக் கொன்னு போட்டுருவாங்க கொழந்தையோட பாட்டி.”

“அந்தப் பொம்பளைங்களை அச்சுதனுக்குப் புடிக்காதா?” நான் மெல்லிய குரலில் கேட்டேன்.

“எனக்கு இஷ்டமில்ல.”

அச்சுதன் கிண்ணத்தில் நான்கு வடையை வைத்து என்னிடம் நீட்டினான்.

“இதைத் திங்கறதுக்குள்ளே பால் ரெடியாயிடும்.”

வடைக்குப் பீடிப்புகையின் மணம் இருந்தது. ஆனால், அச்சுதனை திட்ட ஏனோ மனம் வரவில்லை.

○○○

மாடிக்கூடத்தில் அமர்ந்து பாட்டி ராமாயணத்தை படித்துக் கொண்டிருந்தாள். உடைந்த மூக்குக்கண்ணாடியை இடது கையால் சரிப்படுத்திக்கொண்டே பாட்டி வாசிப்பாள்.

எனக்கு உறக்கம் வந்தது.

நான் வெறும் தரையில் மல்லாந்து படுத்தேன். கூடத்தின் கம்பிகளுக்கிடையே வெள்ளியைப் போல ஒளிரும் வானத்தைப் பார்த்தேன்.

“பாட்டி.”

நான் அழைத்தேன்.

"ம்ம்?" பாட்டி வாசிப்பை நிறுத்தி என் பக்கம் திரும்பினாள்.

"நான் போயிட்டா பாட்டி கவலைப்படுவீங்களா?"

"ம்ம்."

"ரொம்ப கவலைப்படுவீங்களா?"

"எதுக்காகக் கவலைப்படணும். அம்மு அடுத்த வருஷமும் வருவே தானே?"

"அதுக்குள்ளே பாட்டி செத்துப் போயிட்டா?"

பாட்டி சிரித்தாள்.

"சாகவெல்லாம் மாட்டேன்." அம்மு பெரியவளாகி, கல்யாணம் முடிச்சு, கொழந்தைங்க ஆனப்பெறகு, அதையெல்லாம் பாத்துட்டுத்தான் பாட்டி சாவேன். சரிதானே?"

"பாட்டி?"

"ம்ம்?"

"நான் யாரைக் கல்யாணம் பண்ணுவேன்?"

"யாரைன்னு தெரியாது," பாட்டி வானத்தைப் பார்த்துச் சொன்னாள்: "பாட்டிக்குச் சொல்லத் தெரியலையே. அதெல்லாம் கடவுளுக்குத்தான் தெரியும்."

நான் பாட்டியின் மடியில் தலைசாய்த்துக் கண்களை மூடினேன். கூடத்தில் எங்கோ ஒரு குளவி ரீங்கரித்துக்கொண்டிருந்தது.

"குளவி கூடு கட்டுது" என்றாள் பாட்டி.

நான் கண்விழித்தப்போது கூடத்தில் பாட்டியைக் காணோம். நானொரு கோரைப்பாயில் தலையணை மீது தலை வைத்துப் படுத்துக்கொண்டிருந்தேன். எங்குப் போனாள்? நான் பல ஆண்டுகளாக உறங்கிக் கொண்டிருப்பதாகவும் பாட்டி இறந்துவிட்டதாகவும் சட்டென உணர்ந்தேன். நான் எழுந்து அமர்ந்தேன். அந்த குளவி அப்போதும் ரீங்கரித்துக்கொண்டிருந்தது.

"பாட்டி" நான் அழைத்தேன்.

கீழே எங்கிருந்தோ பாட்டி பதிலளித்தாள். எழுந்து படிக்கட்டுகளில் மெதுவாக இறங்கி தெற்குஅறையை அடைந்தேன். அவல் இடிக்கும் நாணியம்மா அங்கு நின்றிருந்தாள். அவளது நான்கோ ஐந்தோ வயது மகள் என்னைக் கண்டதும் தாயின் அழுக்கு வேட்டியின் தலைப்பால் முகத்தை மறைத்தாள்.

பாட்டி நடுமுற்றத்தில் அமர்ந்து விளக்குத்திரிகளைத் தயாரித்துக் கொண்டிருந்தாள். அவர் ஒரு பனையோலைப்பாயில்

கால்களை நீட்டி அமர்ந்திருந்தாள். அருகிலிருந்த பிஸ்கெட் பெட்டிக்குள் ஒவ்வொரு திரியாகச் சுருட்டி வைத்தவாறு பாட்டி கூறினாள்: "நாணியே, தினமும் அவல் இடிக்க முடியுமா? ஏற்கனவே இடிச்சு வெச்சது அந்தப் பரணி நெறைய கெடக்குது. நாணிக்குக் கஷ்டம்னு எனக்குத் தெரியும். ஒருநாள் விட்டு ஒருநாள் வந்தா நான் என்ன பண்ணுவேன்?"

நாணியம்மா தலைகுனிந்து தனது குழந்தையின் கூந்தலைக் கோதியபடி சிரித்தாள். 'நாணியம்மாவின் வலது கையில் ஒரு இரும்பு மோதிரம் இருந்தது. அழுக்குவேட்டியும், கிழிந்த ரவிக்கையும் மட்டுமே உடுத்தியிருந்தபோதிலும் அந்த மோதிரம் அணிவதற்கான அதிர்ஷ்டம் நாணியம்மாவுக்கு கிடைத்ததே' என எனக்குத் தோன்றியது.

நான் அருகில் சென்று அந்தக் குழந்தையைப் பார்த்தேன்; குழந்தை என் தோள்வரை வளர்ந்திருந்தாள். அவளது நிறம் கருப்பு. கூந்தல் எங்கிருந்து தொடங்குகிறது என்று சொல்வது கடினம். அத்தனை அட்டைக்கருப்பு. அவள் சிவப்புப்புள்ளி போட்ட பாவடையை மட்டுமே அணிந்திருந்தாள். கழுத்தில் பல முடிச்சுகளைக் கொண்ட ஒரு கருப்புச்சரடை அணிந்திருந்தாள்.

நான் கேட்டாள்: "பேர் என்ன?"

குழந்தை எதுவும் பேசவில்லை. அவள் நாணியம்மாவின் வேட்டியால் தனது முகத்தையும் உடம்பின் முக்கால் பாகத்தையும் மறைத்தாள்.

"அம்மிணின்னு" நாணியம்மா சொன்னாள்.

"இந்த பொண்ணுக்கு எத்தனை வயசாச்சு, நாணியம்மா?" பாட்டி கேட்டாள்.

"சூறாவளி தொடங்கின காலத்தில நான் இவளைப் பிரசவிச்சுப் படுத்துக் கெடந்தேன். மத்தவங்க பாத்திரமும் பாயும் எடுத்துட்டுக் கொளம்பிட்டாங்க. நான் மட்டும் படுத்த எடத்தை விட்டு எழுந்திருக்கலை . . . சாகறதுக்கான யோக மிருந்தா செத்துப்போகலாம்னு நெனைச்சிட்டிருந்தேன்" என்றாள்.

"ஆனாலும் சாகலையே" பாட்டி சொன்னாள். "அப்படின்னா சாகறதுக்கான நேரம் வரலை. அப்படிதானே நாணி?"

பாட்டி விளக்குத்திரிகளைப் பெட்டியில் வைத்து மூடி விட்டுஎழுந்து நின்றாள்.

"வா நாணி. வடக்குப்பக்க அறைக்கு வா. நான் இந்தப் பொண்ணுக்குக் கொஞ்சம் காலைல சுட்ட தோசையைத் தர்ரேன்."

கோடை விடுமுறை 81

வடக்குப்பக்க அறையில் இருள்படிந்திருந்தது. பழங்களைப் பழுக்க வைப்பதற்காக ஒரு கோணிப்பையும் ஓர் அகன்ற கூடையில் கொஞ்சம் புளியும் இருந்தன.

“அங்கே உட்கார்.”

பாட்டி நாணியம்மாவிடம் கூறினாள். நாணியம்மா தனது மகளிடம் ஏதோ ரகசியமாகச் சொன்னாள். பின்னர், கால்களால் தரையிலிருந்த புழுதியை ஒதுக்கி தனது தோளிலிருந்த துண்டை விரித்து அமர்ந்தாள். அவளுக்குப் பின்னால் இருட்டில் கண்களை மட்டும் காட்டியபடி குழந்தை நின்றிருந்தாள். குழந்தைக்குப் பதில், வெறும் கண்கள் மட்டும் இருப்பதாக எனக்குத் தோன்றியது.

நான் பாட்டியைத் தேடி சமையலறைக்குப் போனேன். அங்கு ஜன்னல்படி மீது காலையிலிருந்து திறந்து கிடந்த தோசைத்துண்டுகளை யெடுத்து கிழிந்த இலையில் வைத்துக் கொண்டிருந்தாள் பாட்டி.

“அது அந்தக் கொழந்தைக்கா?”

நான் கேட்டேன்.

பாட்டி தலையாட்டினாள்.

“திறந்து வெச்சிருந்தது தானே? அது மேலே ஈக்கள் உட்கார்ந்திருக்கும். இல்லியா? அப்ப அந்தக் கொழந்தைக்கு சீக்கு வராதா?”

பாட்டி மெல்லத் தயங்கினாள். பிறகுச் சிரித்தாள்.

“சரி அம்மு. நான் இதைக் குடுக்கறதில்ல. மதியப் பலகாரத்தைக் குடுப்பேன். இப்ப சரிதானே?”

அரைமணி நேரத்திற்குப் பிறகு, தேநீரும் பலகாரமும் சாப்பிட்டுவிட்டு ஒரு சிறிய கூடையில் அரிசியுடன் வீட்டுக்குத் திரும்ப முற்படும் நாணியம்மா குழந்தையிடம் சொன்னாள்:

“அம்மிணியே, இதோ இந்தக் கூடையைக் கொஞ்சம் வாங்கிக்க – அம்மா வேட்டியை உதறிக் கட்டிக்கறேன்.”

குழந்தை அதைக் கவனிக்காத பாவனையில் வேறுபக்கம் திரும்பி நின்றாள்.

“புடிச்சுக்கடீ புள்ளே, வானத்தைப் பாத்துகிட்டு நிற்காதே.”

நாணியம்மா அவளிடம் சொன்னாள். அவள் அந்தக் கூடையை வாங்கியதும் சட்டென்று கையை விட்டு நழுவி தரையில் விழுந்தது. அரிசியும் அடியிலிருந்த கொஞ்சம் புளியங்காய்களும் சிதறி விழுந்தன.

“பீடை” நாணியம்மா தனது மகளின் கூந்தலைப் பிடித்திழுத்துச் சொன்னாள். தரையில் உட்கார்ந்து அதையெல்லாம் கூடையில் அள்ளிப்போட்டு அவசரமாக அங்கிருந்து கிளம்பினாள். மகள் அழுதுக்கொண்டே பின்தொடர்ந்தாள்.

பாட்டி அவளுக்கு அரிசியை மட்டும் தந்திருந்தாள். புளியங் காயைத் திருடியிருக்கிறாள். எனக்குத் தெரிந்தபோது கடும்கோபம் எழுந்தது. திருட்டு வேலை மிகவும் கீழ்த்தரமான செய்கை என்று எனக்கு எப்போதும் தோன்றுவதுண்டு. நான் அவளை மன்னிக்கப் போவதில்லை என்று தீர்மானித்தேன்.

“நாணியம்மா” நான் கூப்பிட்டேன். அவளை நெருங்க நான் ஓட வேண்டியதாயிற்று.

அவள் திருப்பிப்பார்த்தப்போதிலும் நடப்பதை நிறுத்த வில்லை. அவளது குழந்தை அப்போதும் அழுதுகொண்டிருந்தாள்.

“நாணியம்மா நீங்க எதுக்காகப் புளியங்காயைத் திருடினீங்க? திருடறது சரியா?” என்றேன்.

“நான் எதையும் திருடல.” என்றாள் நாணியம்மா.

அப்போதும் அவள் நடந்துகொண்டிருந்தாள். அவளது காலடிகளுடன் வாசல் செம்புழுதி எழும்பிக்கொண்டிருந்தது.

“நான் பாட்டிகிட்ட சொல்லப்போறேன்” என்றேன்.

“திருடக்கூடாது. இனி இந்த வீட்டுக்கு வராதீங்க. நாணியம்மா நீங்க ஒரு திருடி.”

நாணியம்மா திடுமென நின்றாள். பிறகு தனது கூடையை என்னிடம் நீட்டிச் சொன்னாள்: “எடுத்துக்க உங்களோட அரிசியும் புளியங்காயும் . . . எனக்கு எதுவும் வேண்டாம்.”

நான் ஒரு மரப்பொம்மையைப் போல அந்தக் கூடையை வாங்கிக்கொண்டேன். நாணியம்மா தனது மகளைத் தூங்கி இடுப்பில் வைத்து மீண்டும் நடக்கத் தொடங்கினாள்.

“நாங்க ஏழைங்க கொழந்தை . . .” அவள் விசித்திரமான குரலில் சொன்னாள்: “நீங்களெல்லாம் பணக்காரங்க . . .”

நான் அந்தக் கூடையைத் தரையில் வைத்தேன். வீட்டை நோக்கி ஓடினேன். எனக்கு வாய்விட்டு அழத் தோன்றியது. முதல்முறையாக நானொரு பாவத்தைச் செய்துவிட்டதாகத் தோன்றியது. ஆனால், நான் அதைப்பற்றிப் பாட்டியிடம் கூறவில்லை. அந்தக்கூடையை யாராவது பார்த்திருப்பார்களா, அல்லது நாணியம்மா திரும்பி வந்து அதை எடுத்துச் சென்றிருப்பாளா என்றெல்லாம் விசாரிக்கவில்லை.

○○○

ஸ்டேஷனை அடைந்தபோது சங்குண்ணி நாயர் சொன்னார். "இனி அரைமணி நேரமும் ரெண்டு நிமிஷமும் இருக்குது வண்டி வர்றதுக்கு. வேலாயுதமேனன் கொச்சியில வண்டி ஏறியிருப்பார் ... ஃபஸ்ட் கிளாஸ் அந்தக் கடைசியில ... இந்தப்பக்கம் தேர்ட் கிளாஸ் ..."

"நீங்க கொஞ்சம் பேசாம இருங்க சங்குண்ணி நாயரே" என்றாள் பாட்டி.

"எனக்குத் தெரியும் என்னென்னு. நான் திருச்சூருக்கு வர்றது இது முதல்தடவை இல்லியே."

காரிலிருந்து இறங்கிய பாட்டி டிரைவரிடம் ஓர் எட்டணா நாணயத்தைக் கொடுத்து தேநீர் அருந்திவரச் சொன்னாள்.

"கொழந்தையோடது வாங்கிக்க" என்றாள். டிரைவர் சிரித்த படி அதை வாங்கி ஜோபியில் போட்டு எனக்கு வணக்கம் தெரிவித்தான்.

ஸ்டேஷனில் இருந்தவர்கள் பாட்டியின் பட்டு வேட்டியையும் தங்கம்கோர்த்த துளசிமாலையையும் கவனித்து விலகி நின்று மரியாதைச் செலுத்தினார்கள்.

நடைமேடை டிக்கெட் கொடுக்கும் ஆசாமி கேட்டான்: "கொழந்தை திருப்பிப் போறாளா?"

பாட்டி அதற்கு விடையளிக்கவில்லை. அறிமுகமற்றவர்களிடம் வெளிப்படுத்தும் அந்த கௌரவ பாவனையுடன் அவர் என் கையைப் பற்றி, சுழலும் கதவைத் தாண்டி நடைமேடையை நோக்கிச் சென்றாள்.

ஓர் ஓரத்தில் புத்தக விற்பனை செய்யும் இடத்திற்குச் செல்ல விரும்பினேன். ஆனால், பாட்டி என்னை அனுமதிக்கவில்லை. அவள் என்னைப் பெண்களுக்கான வெயிட்டிங் ரூமுக்குக் கூட்டிப் போய் ஒரு நாற்காலியில் உட்கார வைத்தாள். பெரிய சாய்வு நாற்காலியில் பாட்டி படுத்துக்கொண்டாள். அடுத்த மூலையில் ஒரு நாற்காலி மீது சிவப்புச்சேலையை உடுத்த ஒரு பிராமணப்பெண் அமர்ந்திருந்தாள். அவள் அவ்வப்போது சில தனிப்பட்ட பார்வையைப் பாட்டியின் பக்கம் வீசிக் கொண்டிருந்தார். சங்குண்ணி நாயர் கதவருகில் வந்து எட்டிப் பார்த்தப்போது பாட்டி சொன்னாள்: "அம்முவுக்கு ஒரு புஸ்தகம் வேணுமாம். நல்லதா பாத்து வாங்கிட்டு வா. இந்தப் பணம்."

சங்குண்ணி நாயர் பணத்தை எடுத்து தனது பச்சைநிறச் சட்டை பாக்கெட்டில் வைத்தார்.

"பாரு, ஏதாச்சும் வேண்டாத புஸ்தகம் வாங்கிட்டு வந்திராதே."

“எனக்கென்ன பைத்தியமா. இந்த எடத்துல என்ன இப்படியெல்லாம் பேசறீங்க? நான் கொழந்தைக்குக் வேண்டாத புஸ்தகம் குடுப்பேனா?”

சங்குண்ணி நாயர் முணுமுணுத்தபடி நடந்தபோது பாட்டி தலைசாய்த்துப் புன்னகைத்தாள்.

“அடுத்த வருஷம் வர்றப்ப அம்மு இன்னும் கொஞ்சம் பெரிசாகி இருப்பே” என்றாள் பாட்டி.

“பாட்டி? நீயும் பெரிசாகி இருப்பியா?” பாட்டி சிரித்தாள்.

“பாட்டி இனி பெரிசாகறதா? இனிமேல் பாட்டி சின்னதாயிட்டு வருவாள். குறுகிகுறுகி சின்னவள் ஆவாள். அவ்வளவுதான்.”

எனக்குச் சட்டென்று அந்தச் சிறிய நாவல்மரம் நினைவுக்கு வந்தது.

“பாட்டி.”

“ம்ம்.”

“அந்த நாவல் மரம் இருக்குதில்லே? நாவல்மரம். அது எத்தனை காலமா இருக்குது? அதை யார் நட்டது?”

“நட்டது யார்? எனக்குத் தெரியாது. எனக்கு நினைவு தெரிஞ்ச நாள்லேர்ந்து அது இருக்குது.”

“அதுல பழம் காய்க்குமா?”

“இனி பழம் காய்க்கறதா? அம்முவே? எனக்குத் தெரியாது. காய்ச்சாலும் பெரிசாகாது. அது நெஜம்.”

“ஏன் அப்படி?”

“அது அப்படித்தான்.”

“பாட்டி”

“என்ன அம்மு?”

“ஒருவேளை நான் அடுத்த வருஷம் வர்றப்ப அதுல பழம் இருக்கும். அப்புறம் நானும் பாட்டியும் சேர்ந்து பறிச்சுத் தின்போம்.”

○○○

வண்டியில் எனது சிறிய தோல் பையையும் சங்குண்ணிநாயர் தந்த மலையாளப் புத்தகத்தையும் எடுத்து வைத்துவிட்டு அப்பா கதவருகில் வந்து நின்றார்.

பாட்டியின் முகம் வெகுவாகச் சிவந்திருந்தது.

"அங்கு வர்றதில்லைன்னு சபதம் எதுவும் எடுக்கலையே?" பாட்டி கேட்டாள். "எனக்கு மகனாகவும் மகளாகவும் அவளொருத்தித்தான் இருந்தாள். அவள் போன பெறகு . . . என் மகனோட இடம் உங்களுக்கு இல்லாம போகதே . . ." என்றாள் பாட்டி.

பாட்டி, தனது வேட்டியின் தலைப்பால் மூக்கைச் சிந்தினாள். கண்கள் சிவந்தன. அவளது கண்கள் ததும்பி வழிந்துகொண்டிருந்தன.

"வர்ரேன் . . . அடுத்த வருஷம் உறுதியா வர்ரேன். எனக்கு தைரியம் இல்லாததால தான் . . . வேறே ஒண்ணுமில்ல. நாங்க ரெண்டு பேரும் சேர்ந்து ஒவ்வொரு வருஷமும் வந்து போயிட்டிருந்த அந்த வீட்டுல இப்பா நான் தனியா வந்து நுழையறப்ப . . . அம்மா தப்பா நெனைக்காதீங்க. எனக்கு மனதைரியம் இல்ல."

"தப்பா நெனைக்க மாட்டேன். உங்க யாரையும் நான் தப்பா நெனைக்க மாட்டேன் . . . என்னோட கொழந்தைகளை ஒருபோதும் தப்பா நெனைக்க மாட்டேன்."

வண்டி நகரத் தொடங்கியபோது அப்பா ஜன்னல் கண்ணாடிகளைக் கீழே இறங்கினார்.

"அப்பா."

"என்ன மகளே."

"அடுத்த வருஷம் ஆகறதுகுள்ளே பாட்டி செத்துப் போயிடுவாளா?"

"இல்லே."

"சாக மாட்டாளா?"

"பாட்டி சாக மாட்டாள்."

"சத்தியமா?"

அப்பா என்னைத் தூக்கி மடியில் வைத்து என் முகத்தில் முத்தமிட்டார். பின்னர் கண்ணீர் ததும்ப என்னைப் பார்த்துச் சொன்னார் "நான் சத்தியம் பண்ணுறேன். மகளோட பாட்டி சாகமாட்டாள். ஒருபோதும் சாகமாட்டாள்."

புகைவண்டியின் சக்கரங்கள் கர்ஜித்தன: சாக மாட்டாள் . . . சாகமாட்டாள் . . .

**(1961)**

# பறவையின் வாசனை

கல்கத்தாவுக்கு வந்து ஒரு வாரம் கடந்த பின்புதான் அந்த விளம்பரத்தைக் காலை நாளிதழில் பார்த்தாள். பார்வைக்கு அழகும் புத்திக் கூர்மையும் உள்ள ஓர் இளம்பெண் எங்கள் மொத்த வியாபாரத்திற்குப் பொறுப்பாளராகப் பணியாற்ற தேவை. துணிகளின் நிறங்களைப் பற்றியும் புதிய டிசைன்களைக் குறித்தும் ஓரளவு விவரங்கள் தெரிந்திருக்க வேண்டும். விண்ணப்பதாரர் தமது கைப்பட எழுதிய கடிதத்துடன் எங்கள் அலுவலகத்திற்கு நேரில் வரவும்.

மக்கள்நெரிசல் மிக்க தெருவில் அந்த அலுவலகக் கட்டடம் அமைந்திருந்தது. அவள் இளம் மஞ்சள் பட்டுப் புடவையும், வெள்ளைக் கைப்பை சகிதமாக அந்தக் கட்டடத்தை அடைந்தபோது மணி பதினொன்று ஆகிவிட்டது. அது ஏழு அடுக்குகளையும், இருநூற்றுக்கு மேற்பட்ட அறைகளையும், எண்ணற்ற வராந்தாக்களையும் கொண்ட பிரும்மாண்டமான கட்டடம். நான்கு லிஃப்டுகள். ஒவ்வொரு லிஃப்டின் முன்பும் ஒரு ஜனத்திரள். தடித்த வியாபாரிகள், தோல் பையைக் கையில் சுருட்டி வைத்து நிற்கும் ஊழியர்கள் இத்யாதி. ஒரு பெண்ணைக்கூட அங்கு அவள் பார்க்கவில்லை. அதற்குள் எஞ்சிய தைரியமும் வடிந்துவிட்டது. கணவரின் ஆலோசனையைப் பொருட்படுத்தாமல் இந்த வேலைக்கு வராமலேயே இருந்திருக்கலாம் – என்று அவளுக்குத் தோன்றிற்று.

"டெக்ஸ்டைல்ஸ் இண்டஸ்ட்ரீஸ் எந்த மாடியில்?"
"முதல் மாடியென்று நினைக்கிறேன்" என்றான் அவன். எல்லாக் கண்களும் தன் முகத்தில் பதிவதாக

அவளுக்குத் தோன்றியது. ச்சே, வராமலேயே இருந்திருக்கலாம். வியர்வையில் மூழ்கி நிற்கும் ஆண்களின் நடுவே நான் எதற்கு வந்தேன்? ஆயிரம் ரூபாய் கிடைத்தாலும் இந்தக் கட்டடத்திற்குள் நாள்தோறும் வேலைக்கு வந்து போக என்னால் முடியாது. ஆனால், உடனடியாகத் திரும்பிப் போகவும் அவளால் இயலவில்லை.

அவளது முறை வந்தது. லிஃப்டில் ஏறி, அருகில் நிற்பவர் களின் உடம்புகளில் உரசக் கூடாதென்று அஞ்சி ஓர் ஓரத்தில் குறுகி நின்றாள்.

முதல் மாடியில் இறங்கியதும் அவள் சுற்றும் முற்றும் பார்த்தாள். நாற்புறமும் பரந்து கிடக்கும் வராந்தாவிலிருந்த ஒவ்வொரு அறைக்கும் பெரிய கதவுகள். ஒவ்வொரு கதவின் வெளியேயும் ஒரு போர்டு.

"இறக்குமதி ஏற்றுமதி"

"மது விற்பனை" இப்படிப் பல போர்டுகள். ஆனால் எவ்வளவு நடந்தும், எத்தனை கதவுகளைக் கடந்த பின்னும் விசாரித்த போர்டை அவளால் கண்டுபிடிக்க முடியவில்லை. அதற்குள்ளாக கையெல்லாம் வியர்த்துவிட்டது. ஓர் அறையி லிருந்து திடுதிப்பென்று வெளியே வந்தவனிடம் கேட்டாள் – "டெக்ஸ்டைல்ஸ் கம்பெனி எங்கு இருக்கிறது?"

அவன் தன் இடுங்கிய சிவந்த கண்களால் அவளை முழுவதுமாக ஆராய்ந்தான். பிறகு சொன்னான். எனக்குத் தெரியாது. ஆனால் என்னுடன் வந்தால் சிப்பந்தியிடம் விசாரித்து உங்களுக்குச் சொல்கிறேன்.

அவன் உயரம் குறைந்த ஒரு நடுத்தர வயது ஆள். அவனது கை நகங்களில் அழுக்கு நிறைத்திருந்தது. அதைப் பார்த்ததாலோ என்னவோ அவளுக்கு அவனுடன் செல்லப்பிடிக்கவில்லை.

"நன்றி, நான் இங்கு கேட்டுத் தெரிந்துகொள்கிறேன்."

அவள் விரைந்து சென்று ஒரு திருப்பத்திலிருந்த அடுத்த வராந்தாவை அடைந்தாள். அங்கும் மூடப்பட்ட பெரிய கதவுகளைக் கண்டாள். DYING என்று அவ்விடத்தில் எழுதித் தொங்கவிடப்பட்டிருந்தது. ஸ்பெல்லிங் தவறைக் கண்டு அவளுக்குச் சிரிப்பு வந்தது. துணிகளுக்குச் சாயம் ஏற்றுவதற்குப் பதில் இங்கே மரணமா நடக்கிறது? சரி அங்கு விசாரிக்கலாமெனத் தீர்மானித்துக் கதவைத் தள்ளித் திறந்தாள்.

உள்ளே காலியாகக் கிடக்கும் ஒரு விசாலமான தளத்தை கண்டாள். இரண்டு, மூன்று நாற்காலிகள். ஒரு கண்ணாடியிட்ட மேசை அவ்வளவுதான், உரக்கக் கேட்டாள்.

"இங்கே யாருமில்லையா?"

உள் அறைகளுக்குரிய கதவுகளின் திரைச் சீலைகள் லேசாக அசைந்தன. தைரியத்தை வரவழைத்து அறையின் நடுவிலிருந்த நாற்காலியில் அமர்ந்தாள். சற்று இளைப்பாறாமல் ஓரடிகூட நடக்க முடியாதென்று அவளுக்குத் தோன்றியது. மேலே மின் விசிறி சுழன்றுகொண்டிருந்தது. என்ன அலுவலகம் இது. மின்விசிறியை சுழலவிட்டு இங்கிருந்தவர்கள் எங்கு போனார்கள்.

துணிகளுக்குச் சாயம் ஏற்றுபவர்கள் எனவே இவர்களுக்கு நான் விசாரிக்கும் அலுவலகம் எங்கெனத் தெரிந்திருக்கக்கூடும். கைப்பையைத் திறந்து, கண்ணாடியை எடுத்து முகத்தைப் பார்த்தாள். பார்வைக்கு அழகாக இருப்பதை உறுதிப்படுத்திக் கொண்டாள். எண்ணூறு ரூபாய் கேட்டுப் பார்க்கலாமே? அவளைப் போல ஓர் ஊழியர் அவர்களுக்குக் கிடைப்பது அவர்களின் அதிர்ஷ்டம். படிப்பு, பட்டம், வெளிநாடுகளுக்குச் சென்று வந்ததால் கிட்டிய உலகம் அனுபவம் அவளுக்குண்டு.

ஒரு பாட்டிலின் மூடியை இழுத்துத் திறக்கும் ஓசையைக் கேட்டுத் திடுக்கிட்டெழுந்தாள். ச்சே, நானொரு முட்டாள். கொஞ்சம்கூட பழக்கம் இல்லாத இடத்தில் தூங்குவதா? பார்வையைத் திருப்பி சுற்றிலும் பார்த்தாள். அவளின் எதிர்வசத்தில் ஒரு நாற்காலியில் அமர்ந்து ஓர் இளைஞன் விஸ்கியை ஊற்றிக்கொண்டிருந்தான். அவனது புஷ்–ஷர்ட் வெண்ணெய் நிறத்தாலான டெரிலினில் செய்யப்பட்டிருந்தது. அவனது கை விரல்களின் மேற்பகுதியில் தடித்த ரோமங்கள் வளர்ந்திருந்தன. உறுதியான அந்தக் கைவிரல்களைக் கண்டு திடீரென்று பீதியுற்றாள். நான் ஏன் வந்தேன். இந்தப் பேய் வீட்டிற்கு.

அவன் தலைநிமிர்ந்து அவளைப் பார்த்தான். அவனது முகம் ஒரு குதிரையைப் போல நீண்டிருந்தது. அவன் கேட்டான். "சுகமான தூக்கமா?"

பிறகு அவளது பதிலைப் பொருட்படுத்தாமல் கிளாசை உயர்த்தி அதிலிருந்த திரவம் முழுவதையும் குடித்துத் தீர்த்தான்.

"தாகம் எடுக்கிறதா?" அவன் கேட்டான். அவள் இல்லையென்று தலையசைத்தாள்.

"டெக்ஸ்டைல்ஸ் கம்பெனி எங்கே என்று தெரியுமா? உங்களுக்குத் தெரியுமென்று நினைத்தேன். நீங்கள் துணிகளுக்குச் சாயம் ஏற்றுபவர்கள் தானே?" என்றாள். பிறகு ஒரு மரியாதைக் காகச் சிரித்தாள். அவன் சிரிக்கவில்லை. மீண்டும் விஸ்கியை கிளாசில் ஊற்றினான். சோடாவைச் சேர்த்தான். பேசிக்

கொண்டிருப்பதற்கு எவ்வளவோ நேரம் உள்ளது என்ற முகபாவனை அவனுக்கு.

அவள் கேட்டாள். "உங்களுக்குத் தெரியாதா?" பொறுமை யிழந்து எப்படியாவது அங்கிருந்து வீட்டுக்குத் திரும்பினால் போதுமென்றுகூட நினைத்தாள்.

சட்டென்று சிரித்தான். மிகச் சிறியதாக இருந்தன அவன் உதடுகள். அவை அந்தச் சிரிப்பை விகாரமடையச் செய்தன.

"என்ன அவசரம்?" என்று கேட்டான். "மணி பதினொன்றே முக்கால்தானே ஆகிறது?"

கதவை நோக்கி நடந்தாள். "உங்களுக்குத் தெரிந்திருக்கு மென்று நினைத்தேன். நீங்களும் துணி வியாபாரத்தில் சம்பந்தப் பட்டவர்கள் தானே?"

"என்ன சம்பந்தம்? நாங்கள் துணிகளுக்குச் சாயம் ஏற்றுபவர்கள் அல்ல? போர்டைப் படிக்கவில்லையா? DYING என்று."

"அப்படியென்றால்..?"

"அதே அர்த்தம்தான். மரணம் என்று கேட்டதில்லையா? சுகமாகச் சாவதற்கு நாங்கள் ஏற்பாடு செய்து தருவோம்."

அவன் நாற்காலியில் சாய்ந்து படுத்துக் கண்களை இறுக்கி அவளைப் பார்த்துச் சிரித்தான். அந்த வெளுத்த புன்னகை திடுமென்று தனது கண்களில் வியாபிப்பதைப் போல உணர்ந்தாள். அவளுடைய பாதங்கள் நடுங்கின.

கதவை நோக்கி ஓடினாள். ஆனால் கதவைத் திறக்க அவளின் வியர்த்துப் போன கைகளால் முடியவில்லை. அதற்குள் அவளது கண்கள் நிரம்பின.

"தயவு செய்து கதவைத் திறந்து விடுங்கள்" என்றாள். "நான் வீட்டிற்குப் போகவேண்டும். என் குழந்தைகள் காத்திருப்பார்கள்!" அவளது வார்த்தைகளை மதித்து, கொடிய எண்ணங்களை விலக்கி அவளுக்கு உதவ வருவானென எண்ணினாள்.

"தயவு செய்து திறந்துவிடுங்கள்!"

மறுபடியும் கெஞ்சினாள். அவன் திரும்பத் திரும்ப விஸ்கியை அருந்தினான். திரும்பத் திரும்ப அவளைப் பார்த்துச் சிரித்தான்.

கதவை தட்டத் தொடங்கினாள். "அய்யோ நான் சிக்கிக் கொண்டேனோ? அலறியபடி கேட்டாள். "நான் என்ன குற்றம் செய்தேன்?"

அவளுடைய அழுகை சில நிமிடங்களுக்குப் பின் நின்றது. அவள் களைப்பில் துவண்டு கதவருகில் வெறும் தரையில் விழுந்தாள்.

அவன் எவ்விதக் கடுமையுமின்றி சன்னமான குரலில் எதை எதையோ பேசிக்கொண்டிருந்தான். சில வார்த்தைகள் மட்டுமே அவளுக்குக் கேட்டன.

...முன்பு ஒரு குளிர் காலத்தில் என் படுக்கையறைக்குள் பறவையொன்று வந்து அகப்பட்டுக் கொண்டது. மஞ்சள் கலந்த தவிட்டு நிறம். உன் புடவையின் நிறம். அது ஜன்னல் கண்ணாடியைத் தன் அலகினால் உடைக்க முயன்றது. அது எவ்வளவு கஷ்டப்பட்டது தெரியுமா? பிறகென்ன? களைப்படைந்து துவண்டு கீழே விழுந்த அதை நான் என்னுடைய பூட்ஸ் காலால் மிதித்துத் தேய்த்தேன்.

சில நிமிடங்கள் நீண்டு நின்ற மௌனத்திற்குப் பின் கேட்டான். மரணத்தின் வாசனை எதுவென்று உனக்குத் தெரியுமா? அவள் ஏறிட்டு அவனைப் பார்த்தாள். ஆனால் எதையும் பேச நா எழவில்லை. சொல்ல பதில் இல்லாமல் இல்லை. மரணத்தின் வாசனை... மரணத்தின் பலவித வாசனைகளை என்னைப் போல அறிந்தவர் யார்? அழுகிய புண்களின் வாசனை, பழத் தோட்டங்களின் இனிய வாசனை, ஊதுபத்திகளின் வாசனை... இருள் நிலவிய ஒரு சிறிய அறையில் வெறும் தரைமீது படுக்கையில் கிடந்தபடி அவளுடைய அன்னை எந்தக் கௌரவமும் கலவாத குரலில் சொல்லிக்கொண்டிருந்தாள்... 'என்னால் முடியவில்லை மகளே... வலி இல்லை... ஆனாலும் முடியவில்லை.'

அம்மாவின் கால் புண்கள் மீது தடித்த வெள்ளைப் புழுக்கள் நெளிந்துகொண்டிருந்தன. இருப்பினும் அம்மா சொன்னாள். 'வலி இல்லை.'

அவையனைத்தையும் சொல்ல வேண்டுமென்று நினைத்தாள். ஆனால் நாக்கு சக்தி முழுவதையும் இழந்துவிட்டிருந்தது.

அறை நடுவில் அமர்ந்திருந்த இளைஞன் அப்போதும் ஏதோ பேசிக்கொண்டிருந்தான்.

உனக்குத் தெரியாதல்லவா? நான் சொல்லித் தருகிறேன். பறவை இறகுகளின் வாசனை தான் மரணத்திற்கு... உனக்கது தெரியவரும். இப்போதே வேண்டுமா? எது உனக்கு மிகவும் பிடித்தமான நேரம்? மேலிருந்து பார்க்கும் சூரியன் முன்னே லஜ்ஜையின்றி இவ்வுலகம் நிர்வாணமாய்க் கிடக்கும் நேரமா? அல்லது மாலை வேளையா..? நீ எத்தகைய பெண்? தைரிய மானவளா, இல்லாதவளா?"

நாற்காலியிலிருந்து எழுந்து நின்று அவளருகில் வந்தான். அவனுக்கு நல்ல உயரம். அவள் சொன்னாள்.

"என்னைப் போக அனுமதிக்க வேண்டும். இங்க வர ஒருபோதும் உத்தேசிக்கவில்லை!"

"நீ பொய் சொல்கிறாய். எத்தனை தடவை முடிவெடுத்தாய் இங்கு வந்துசேர. இந்த மிக இனிய முடிவுக்கான எத்தனை தரம் ஏங்கிக்கொண்டிருந்தாய். மென்மையான அலைகள் நிறைந்த, தீர்க்கமாய் மூச்செறியும் கடலில் சென்று விழ, அலட்சியத்துடன் போய் லயிக்க மோகிக்கும் நதி போன்றவள் அல்லவா நீ? சொல், அன்பே... உனக்கு மோகமில்லையா அந்த முடிவற்ற நேசத்தை அனுபவிக்க?"

"நீங்கள் யார்?"

அவள் எழுந்து அமர்ந்தாள். அவனது கை விரல்களுக்கு திகிலூட்டும் ஓர் ஈர்ப்பும் இருப்பதாக அவளுக்குத் தோன்றிற்று.

"என்னைப் பார்த்ததில்லையா?"

"இல்லை"

"நான் உன்னருகில் பலமுறை வந்துள்ளேன். நீ வெறும் பதினொன்று வயதுச் சிறுமியாக இருந்தாய். மஞ்சள் காமாலை பீடித்து, படுக்கையிலிருந்து தலை தூக்க முடியாமல், நீ படுத்திருந்த காலம். அன்று உன் அன்னை ஜன்னல் கதவுகளைத் திறந்து வைத்தப்போது பேசினாய். அம்மா, நான் மஞ்சள் பூக்களைப் பார்க்கிறேன். எல்லா இடங்களிலும் மஞ்சள் பூக்கள். மஞ்சள் அரளிப் பூக்கள் தெரிகின்றன. எங்கும் மஞ்சள் பூக்கள்தான்... அது ஞாபகம் இருக்கறதா –"

"அவள் தலையாட்டினாள்."

உன் விழிகளுக்கு மட்டும் தெரிந்த அந்த மஞ்சள் மலர்களுக்கு மத்தியில் நான் நின்றிருந்தேன். உன் கரம் பிடித்து, சேர வேண்டிய இடத்தில் உன்னைச் சேர்ப்பதற்கு... ஆனால் நீ அன்று வரவில்லை. என் அன்பைப் பற்றி நீ அறிந்திருக்கவில்லை. நான்தான் உனக்கும் மற்றவர்களுக்கும் வழி காட்டி என்பதை நீ தெரிந்திருக்கவில்லை..!"

"அன்பா, இதுவா அன்பு?" என்றாள்.

"ஆமாம், அன்பின் முழுமையைக் காட்டித் தர என்னால் மட்டுமே இயலும். எனக்கு நீ ஒவ்வொன்றாகக் காணிக்கை யாக்குவாய். சிவந்த இதழ்கள், அசைந்தாடும் கண்கள், வழவழப்பான மேனி... சகலமும். ஒவ்வொரு முடிக் கற்றையையும்

காணிக்கையாக்குவாய். எதுவும் உனதாகாது. பிறகு இந்தப் பலிக்குப் பிரதிபலனாக நான் உனக்கு விடுதலை தருவேன். நீ ஒன்றுமில்லாது ஆவாய். எனினும் நீ சகலமும் ஆவாய். நீ கடலின் முழக்கத்தில் இருப்பாய். மழை நாட்களில் காளான்கள் முளைக்கும் பழைய மரங்களிலும் நகர்ந்து செல்வாய். பிரசவ வேதனை அனுபவிக்கும் விதை மண்ணடியில் கிடந்து தேம்பும் போது அந்த விசும்பலில் உன் அழுகையும் எழும். நீயே காற்று, நீயே மழைத்துளி, நீயே மண்ணின் துகள்கள்... நீயே இவ்வுலகின் பேரழகு."

எழுந்து நின்றாள். தனது களைப்பு முற்றிலும் தீர்ந்துவிட்டதாக உணர்ந்தாள். புதியதாகக் கிடைத்த தைரியத்தோடு சொன்னாள்.

"இதெல்லாம் சரியாக இருக்கலாம். ஆனால் நீங்கள் ஆள்மாறிப் பேசுகிறீர்கள். எனக்குச் சாவதற்கு நேரமாகவில்லை. நானொரு இருபத்தி ஏழு வயதுப் பெண். கல்யாணம் ஆனவள். ஓர் அன்னை. எனக்கு நேரமாகவில்லை. ஒரு வேலை நிமித்தமாக வந்தேன். இப்போது மணி பனிரெண்டரை ஆகியிருக்கும். நான் வீட்டிற்குப் போக வேண்டும்!"

அவன் எதுவும் பேசவில்லை. கதவைத் திறந்து வெளியே போக அனுமதித்தான். வேகமாக லிஃப்டைத் தேடி அங்குமிங்கும் அலைந்தாள். அவளது கால் தடங்கள் அவ்விடத்தில் பயங்கரமாக ஒலிப்பதை உணர்ந்தாள்.

லிஃப்டின் அருகில் சென்றதும் நின்றாள். அங்கு அதை இயக்கும் சிப்பந்தியைக் காணோம். இருப்பினும் அதிலேறிக் கதவை மூடி ஸ்விட்சை அழுத்தினாள். ஓர் அதிர்வின் ஆரம்பப் பேரிரைச்சலுடன் அது சர்ரென்று உயர்ந்தது. ஆகாயத்தில் இருப்பதாகவும், இடி முழங்குவதாகவும் தோன்றியது அவளுக்கு. அப்போதுதான் லிஃப்டின் உள்ளே மாட்டியிருந்த போர்டைப் பார்த்தாள்.

'லிஃப்ட் பழுதடைந்துள்ளது. அபாயம்.

எங்கும் இருட்டு மயம், இரைச்சலிட்டு கர்ஜிக்கும் கும்மிருட்டு. அதன் பிறகு அவளுக்கு அதைவிட்டு வெளியே வர ஒருபோதும் முடியவில்லை.

(1961)

# நெய்ப்பாயசம்

தகனத்தை எளிமையாக முடித்து, அலுவலக நண்பர்களிடம் முறையாக நன்றியைத் தெரிவித்து இரவில் வீட்டுக்குத் திரும்பும் அம்மனிதனை நாம் அப்பா என்றழைக்கலாம். ஏனெனில், அந்த நகரத்தில் மூன்று குழந்தைகள் மட்டுமே அவனது மதிப்பை அறிந்திருந்தார்கள். அவர்கள் அவனை "அப்பா" என்று அழைப்பதுண்டு.

பேருந்தில் அந்நியர்களுக்கிடையில் அமர்ந்து அந்த நாளின் ஒவ்வொரு நிமிடத்தையும் தனித்தனி யாக எடுத்துச் சோதித்துக்கொண்டிருந்தான்.

காலையில் அவள் குரலைக் கேட்டுத்தான் கண்விழித்தான்.

"இழுத்து மூடி படுத்திட்டு இருந்தா போதுமா உண்ணி? இன்னிக்குத் திங்கட்கிழமை இல்லியா?"

அவள் மூத்தக்குழந்தையை எழுப்பினாள். பிறகு கசங்கிய வெள்ளைப்புடவையை உடுத்து, சமையலறையில் வேலையைத் தொடங்கினாள். இவனுக்கு ஒரு பெரிய கோப்பையில் காப்பியை எடுத்து வந்து தந்தாள். பிறகு? பிறகு, ஏதேதோ நடந்து விட்டது? ஏதேனும் மறக்கமுடியாத வார்த்தை களைச் சொன்னாளா? எத்தனை முயற்சித்தும் அவள் பிற்பாடு பேசிய எதுவும் நினைவுக்கு வரவில்லை. "இழுத்து மூடி படுத்திட்டு இருந்தா போதுமா உண்ணி? இன்னிக்குத் திங்கட்கிழமை இல்லியா?" அந்த வாக்கியம் மட்டும் அழியாமல் நினைவில் கிடக்கிறது. அதையோர் இறைவாக்கைப்

போல உச்சரித்தான். அதை மறந்துவிட்டால் தனது இழப்பு சட்டென்று தாங்கமுடியாததாகிவிடுமென்று அவனுக்குத் தோன்றியது.

அலுவலகத்திற்குக் கிளம்பும்போது குழந்தைகள் உடன் இருந்தார்கள். அவர்கள் பள்ளிக்கூடத்தில் சாப்பிடுவதற்கான பதார்த்தங்களைச் சிறிய அலுமினியப் பாத்திரங்களில் போட்டு எடுத்து வந்து தந்தாள். அவளது வலதுகையில் சிறிது மஞ்சள் தூள் ஒட்டிக்கொண்டிருந்தது.

அலுவலகத்திற்கு வந்ததும் அவளைப்பற்றி ஒருமுறை கூட நினைத்துப்பார்க்கவில்லை. ஓரிரண்டு வருடங்கள் நீடித்த ஓர் காதல் உறவின் விளைவாக அவளைத் திருமணம் செய்து கொண்டான். குடும்பத்தினரின் சம்மதம் கிடைக்கவில்லை. இருப்பினும், அதைக் குறித்துக் கழிவிரக்கம் கொள்ள ஒருபோதும் தோன்றவில்லை. பணமுடை, குழந்தைகளின் சுகமின்மை . . . போன்ற சில இடர்பாடுகள் அவர்களை வதைத்துக்கொண் டிருந்தன. அவளுக்கு ஆடை அலங்காரம் பண்ணும் ஆர்வம் குறைந்தது. அவனும் வாய்விட்டு சிரிப்பதற்கான தெம்பைக் கிட்டத்தட்ட இழந்துவிட்டான்.

இருப்பினும், அவர்கள் ஒருவரையொருவர் நேசித்தார்கள். தங்களின் மூன்று குழந்தைகளையும் நேசித்தார்கள். ஆண் குழந்தைகள். உண்ணி – வயது பத்து, பாலன் – வயது ஏழு, ராஜன் – வயது ஐந்து. எப்போதும் எண்ணெய் படிந்து நிற்கும் மூன்று குழந்தைகள். சொல்லத்தக்க அழகோ ஆற்றலோ எதுவு மில்லாதவர்கள். ஆனால், அம்மாவும் அப்பாவும் தமக்குள் பேசிக்கொண்டார்கள்:

“உண்ணிக்கு என்ஜினியரிங்ல மோகம். அவன் எப்பவும் ஒவ்வொன்னா தயாரிச்சிட்டு இருப்பான்! பாலனை டாக்டராக்க ணும். அவனோட நெற்றியைப் பாத்தீங்களா? அத்தனை பெரிய நெற்றி அறிவோட லட்சணம்.”

“ராஜன் இருட்டுல நடக்கக் கூட பயப்பட மாட்டான். அவன் பலசாலி. அவன்கிட்ட ராணுவத்தில சேர்றதுக்கான தகுதி இருக்குது.”

நகரத்தில் நடுத்தரமக்கள் வசிக்கும் ஒரு தெருவில் அவர்கள் வசித்து வந்தார்கள். முதல்தளத்தில் மூன்று அறைகளைக் கொண்ட ஒரு ஃப்ளாட். ஓர் அறையின் எதிரில் கிட்டத்தட்ட மூவர் நிற்கக்கூடிய ஒரு சிறிய கூடம் இருந்தது. அதில் அம்மா நீர் ஊற்றி வளர்க்கும் ஒரு ரோஜாச்செடி வளர்கிறது. ஆனால், பூ பூக்கவில்லை.

சமையலறைச்சுவர் மீது அறையப்பட்டிருந்த கொக்கிகளில் பித்தளைச்சட்டுவங்களும் கரண்டிகளும் தொங்கிக்கொண்டிருந்தன. ஸ்டவ் பக்கத்தில் அம்மா உட்காரும் ஒரு தேய்ந்த பலகை இருந்தது. அவள் அங்கு அமர்ந்து சப்பாத்தி தேய்த்துக் கொண்டிருக்கும் போதுதான் வழக்கமாக அப்பா அலுவலகத்திலிருந்து திரும்புவார்.

பேருந்து நின்றதும் இறங்கினான். முழங்கால் லேசாக வலிப்பதாகத் தோன்றியது. வாதமாக இருக்குமா? நான் படுத்துவிட்டால் இனி குழந்தைகளுக்கு யார் இருக்கிறார்கள்? சட்டென்று கண்கள் ததும்பின. அழுக்குக் கைக்குட்டையால் முகத்தைத் துடைத்து வீட்டை நோக்கி விரைந்தான்.

குழந்தைகள் விழித்திருப்பார்களா? அவர்கள் எதையாவது சாப்பிட்டிருப்பார்களா? அல்லது அழுது அழுது தூங்கிப் போயிருப்பார்களா? அழுவதற்கான பக்குவத்தை அவர்கள் எய்தியிருக்கவில்லை. இருந்திருக்குமானால், அவளை எடுத்து டாக்சியில் கிடத்தியபோது உண்ணி ஏன் அழாமல் வெறுமனே பார்த்துக்கொண்டிருந்தான்? சிறியமகன் மட்டும் அழுதான். ஆனால், அவனுக்கு டாக்சியில் ஏறவேண்டும் என்கிற பிடிவாதம். உண்மையில் இறப்பின் பொருளை அவர்கள் அறிந்திருக்கவில்லை.

இவன் அறிந்திருந்தானா? இல்லை. எப்போதும் வீட்டிலேயே இருக்கும் அவள் திடீரென்று ஒரு மாலைநேரம் யாரிடமும் விடைபெறாமல் தரையில் ஒரு துடைப்பத்தின் அருகில் விழுந்து இறப்பாளென்று நினைத்திருந்தானா?

அலுவலகத்திலிருந்து திரும்பியதும் சமையலறை ஜன்னல் வழியாக உள்ளே பார்த்தான். அவள் அங்கு இல்லை.

வாசலில் விளையாடிக்கொண்டிருந்த குழந்தைகளின் கூச்சல் உயர்ந்துகொண்டிருந்தது. உண்ணி உரக்கக் கத்தினான்: "ஃபஸ்ட் கிளாஸ் ஷாட்!"

சாவியை எடுத்து வாசற்கதவைத் திறந்தான். அப்போது தான் அவள் படுத்திருப்பது தெரிந்தது. வாயை லேசாகத் திறந்து, தரையில் சரிந்து கிடந்தாள். தலைச்சுற்றல் மூலம் விழுந்திருக்கக்கூடுமென்று முதலில் எண்ணினான்; ஆனால், மருத்துவமனை டாக்டர் கூறினார்: "மாரடைப்பு. இறந்து ஒருமணிநேரம் ஆகிவிட்டது."

பல உணர்ச்சிகள், காரணமில்லாமல் அவள் மீது ஒரு கோபம். அவள் இப்படி, எச்சரிக்கைகள் எதையும் விடுக்காமல்,

எல்லாப் பொறுப்புகளையும் தனது தலையில் வைத்துவிட்டு, போய்விட்டாளே!

இனி குழந்தைகளைக் குளிப்பாட்டுவது யார்? அவர்களுக்குப் பதார்த்தங்களைச் சமைத்துக் கொடுப்பது யார்? நோயுறும்போது அவர்களுக்குப் பணிவிடை செய்வது யார் என் மனைவி இறந்து விட்டாள். உள்ளூரச் சொல்லிக்கொண்டான். "இன்று திடீரென என் மனைவி மாரடைப்பு மூலம் இறந்துவிட்டமையால் எனக்கு இரண்டு நாள் விடுப்பு வேண்டும்."

எத்தனை சிறந்த ஒரு 'விடுப்பு' விண்ணப்பமாக இருக்கும் அது! மனைவிக்கு எந்த உடல்நல குறைவும் இல்லை. ஆனால், மனைவி இறந்துவிட்டாள் என்பது! ஒருவேளை மேலதிகாரி என்னைத் தனது அறைக்கு அழைக்கக்கூடும். "நான் மிகவும் வருந்துகிறேன்" – அவர் சொல்வார். ஹஹ! அவரது வருத்தம்! அவருக்கு அவளைத் தெரியாது. அவளது நுனி சுருண்ட கூந்தலும், களைப்புற்ற புன்னகையும், மெல்ல மெல்ல நடந்து செல்வதும், எதுவும் அவருக்குத் தெரியாது. அவையெல்லாம் என்னுடைய் இழப்புகள் . . .

கதவைத் திறந்ததும் படுக்கையறையிலிருந்து ஓடி வந்த சின்னமகன் கேட்டான்: "அம்மா வரலையா?"

அவன் இத்தனை சீக்கிரம் அதையெல்லாம் மறந்து விட்டானா? டாக்சியில் ஏற்றிய அந்த உடல் தனியாகத் திரும்பி வருமென்று கருதிவிட்டானா?

அவனது கையைப் பிடித்துச் சமையலறைக்குக் கூட்டிப் போனான்.

"உண்ணி" என்று அழைத்தான்.

"என்ன, அப்பா?"

உண்ணி கட்டிலை விட்டு எழுந்து வந்தான்.

"பாலன் தூங்கிட்டான்."

"ம்ம் . . . நீங்க ஏதாச்சும் சாப்பிட்டீங்களா?"

"இல்லே."

சமையலறை திண்ணை மீது அடுக்கி வைக்கப்பட்டிருந்த பாத்திரங்களின் தட்டுகளை அகற்றி சோதித்தான். அவள் தயாரித்து வைத்திருந்த பதார்த்தம். சப்பாத்தி, சோறு, உருளைக்கிழங்குக் குழம்பு, பொரியல், தயிர். ஒரு கண்ணாடிப்பாத்திரத்தில், குழந்தை களுக்காக அவ்வப்போது தயாரிக்கும் நெய்ப்பாயசமும் இருந்தது.

மரணத்தின் ஸ்பரிசம் பட்ட உணவுப்பொருட்கள்! வேண்டாம். அதில் எதையும் சாப்பிடக்கூடாது.

"நான் கொஞ்சம் உப்புமா சமைச்சுத் தர்ரேன். இதெல்லாம் ஆறிப் போய் இருக்குது" என்றான்.

"அப்பா!"

உண்ணி அழைத்தான்.

"ம்ம்?"

"அம்மா எப்ப வருவாள்? அம்மாவுக்கு குணம் ஆகலையா?"

ஒருநாளைக்கு உண்மையைப் பாதுகாத்து வைப்பதற்கான பொறுமை கிடைக்க வேண்டும் – தனக்குள் சொல்லிக்கொண்டான். இப்போது, இந்த இரவில் குழந்தையை வருத்தப்பட வைத்து என்ன கிடைக்கப் போகிறது?

"அம்மா வருவாள்" என்றான்.

தட்டுகளைக் கழுவி தரையில் வைத்தான். இரண்டு தட்டுகள்.

"பாலனைக் கூப்பிட வேண்டாம். தூங்கட்டும்" என்றான்.

"அப்பா, நெய்ப்பாயசம்." அந்தப் பாத்திரத்தில் தனது சுண்டுவிரலை விட்டு ராஜன் கேட்டான்.

தனது மனைவி அமரக்கூடிய பலகை மீது அமர்ந்தான்.

"உண்ணி, பரிமாறிக் குடுப்பியா? அப்பாவுக்கு முடியல. தலை வலிக்குது."

அவர்கள் பருகட்டும். இனி ஒருபோதும் அவள் சமைத்த உணவு அவர்களுக்குக் கிடைக்கப் போவதில்லை.

குழந்தைகள் பாயசத்தை ருசிக்கத் தொடங்கினார்கள். அதைப் பார்த்தபடி அசையாமல் அமர்ந்திருந்தான். சற்று நேரத்திற்குப் பிறகு கேட்டான்: "சோறு வேண்டாமா உண்ணி?"

"வேண்டாம். பாயசம் போதும். நல்லா ருசியா இருக்குது" என்றான் உண்ணி.

ராஜன் சிரித்துக்கொண்டே சொன்னான்: "சரிதான், அம்மா அசல் நெய்ப்பாயசம் பண்ணியிருக்கா . . ."

தனது கண்ணீரைக் குழந்தைகளிடமிருந்து மறைப்பதற்காகச் சட்டென்று எழுந்து குளியலறைக்குப் போனான்.

**(1962)**

# சிவப்புப் பாவாடை

சமையலறைக்கும் உணவுக்கூடத்திற்கும் இடைப்பட்ட ரேழியில் சுவரையொட்டிப் போடப் பட்டிருந்த படுக்கையில் ஒருக்களித்து படுத்துத் தூங்கிக் கொண்டிருந்தாள் வேலைக்காரி. எஜமானி தனது பருத்த வயிற்றுடன் படிக்கட்டில் இறங்கி கீழே வரும்போது அவளைக் கண்டதும் நின்றாள்.

நீலப்பாவடையை அணிந்த ஒரு சிறுமி. ஆனால், உடம்பு நன்றாக வளர்ந்திருந்தது. அவள் வாயைத் திறந்து தூங்கிக்கொண்டிருந்தாள்.

"எழுந்திரு புள்ளே!" எஜமானி உரக்கச் சொன்னாள். பிறகு கால்விரலால் அந்தச் சிறுமியின் வயிற்றைக் கீறினாள்.

"பொழுது விடிஞ்சு எத்தனை நேரமாச்சு!" அவள் தொடர்ந்தாள்: "புள்ளைக்கு நல்ல தூக்கம். எழுந்திரு புள்ளே. எழுந்திருச்சு அடுப்புல தீ மூட்டு."

வேலைக்காரி எழுந்தாள். அவளது கூந்தலில் கட்டப்பட்டிருந்த கருப்புநாடா சுவரில் தொங்கிக் கொண்டிருந்தது. அவள் ஒரு கணம் சுயவுணர்வை இழந்தாற்போல திகைத்துச் சுற்றிலும் பார்த்தாள். பிறகு எழுந்து தள்ளாடியபடி சமையலறைக்குப் போனாள்.

திண்ணையில் போய் அமர்ந்த எஜமானி பல் தேய்க்கத் தொடங்கினாள்.

"தினமும் உன்னை எழுப்ப என்னால ஆகாது." என்றாள். "இந்த வீட்டு வேலைக்காரி நீயா, இல்ல நானா?"

அவள் முகத்தில் மஞ்சள் நிறம் தென்பட்டது. கன்னங்கள் உப்பியிருந்தன. எனினும் மொத்தத்தில் ஒரு மகிழ்ச்சி தெரிந்தது. சமையலறை இருட்டில் அமர்ந்து அவளை உற்றுப்பார்த்துக் கொண்டிருந்தாள் வேலைக்காரி.

"நீ அங்கே என்ன பண்ணுறே?" எஜமானி கேட்டாள். "எந்தச் சத்தமும் கேட்கலையே. இந்த மூதேவி கிட்டே எதைச் சொன்னாலும் தலையில ஏறாதா? எத்தனை தடவை நான் சொல்லுறேன், அடுப்பு மூட்டுன பெறகு பாத்திரம் கழுவினா போதும்னு."

வேலைக்காரி ஓலையைப் பற்ற செய்து அடுப்பில் கிடந்த விறகுத்துண்டுகளின் மீது வைத்து குனிந்து ஊதிக்கொண்டிருந் தாள். அப்போதுகூட அவள் கண்களில் தூக்கக்கலக்கம் முழுவது மாக அகன்றிருக்கவில்லை.

"எப்பிடி நான் உன்னை மட்டும் வெச்சுகிட்டு காலம்தள்ள போறேனோ? எனக்குத் தொல்லை ஆயிடும். இப்ப ஒப்பேத்திடு வேன். ஆனா, இனி வர்ற மாசம் ... கொழந்தை பெத்து எழுந்து நடமாடுற வரைக்கும் வசமா மாட்டிக்குவேன் இங்க" என்றாள் எஜமானி.

சமையலறையிலிருந்து அடுப்பூதும் சத்தம் மட்டும் பலமாகக் கேட்டது.

"உனக்கு காது கேட்கறதில்லையா புள்ளே?" எஜமானி கேட்டாள். அப்போதும் அமைதி.

"எடியே, ராதா!"

"ஓ"

"நான் நீ செத்துப் போயிட்டேன்னு நெனைச்சேன்." எஜமானி சிரித்துக்கொண்டே சொன்னாள். வேலைக்காரியும் மெல்லச் சிரித்தாள். சிரிப்பதற்கான சுதந்திரம் இருப்பதாக அத்தருணத்தில் உணர்ந்தாள்.

அடுப்பில் நெருப்பு சுடர்விட்டு எரிந்தது. நெருப்புச் சூடு பட்டதும் அவளது உறக்கம் முற்றிலும் கலைந்தது. அவளொரு பித்தளைச் செம்பையும் காப்பிக் கிண்டியையும் எடுத்துக் கொண்டு கிணற்றடிக்குப் போனாள்.

கிணற்று விளிம்பில், அவள் நேற்று வைத்த சாம்பல் அப்படியே இருந்தது. அவள் தலை குனிந்து பாத்திரம் கழுவத் தொடங்கினாள். அவளருகில் சற்றுத் தூரத்தில் அமர்ந்து

தலையை லேசாகச் சாய்த்து வெகு கம்பீரமாக ஒரு காகம் கரைந்தது.

"கா . . . கா . . ."

வேலைக்காரிக்குச் சிரிப்பு மூண்டது. "பேச நேரமில்ல காக்கையாரே . . ." தணிந்த குரலில் சொன்னாள்: "உன்னைக் கொன்னுடுவேன்."

"யார்கிட்டே புள்ளே நீ பேசிகிட்டிருக்கே?"

எஜமானி கேட்டாள்.

"யார்கிட்டேயும் இல்ல."

"இப்ப எனக்குக் கேட்டுச்சே?"

"நான் எதுவும் பேசலை."

"அப்புறம் நான் கனவு கண்டேனா? என்னை சபிச்சிட்டு இருப்பே. உன்னோட திருட்டுத்தனமெல்லாம் எனக்குத் தெரியும்" என்றாள் எஜமானி.

எழுந்து நின்று கிண்டியில் மிச்சமிருந்த தண்ணீரைக் காலில் ஊற்றினாள்.

"கிருஷ்ணா, குருவாயூரப்பா" அவள் கூப்பிட்டுச் சொன்னாள். "கிருஷ்ணா, குருவாயூரப்பா . . ."

வேலைக்காரி காப்பிக்கிண்டியில் தண்ணீரைக் கொதிக்க வைத்தாள். பித்தளைச்செம்பில் கஞ்சிக்கான குருணையரிசியைச் சலித்துச் சுத்தமாக்கித் தண்ணீரை ஊற்றி வைத்தாள். பிறகு துடைப்பத்தை எடுத்து வாசலைப் பெருக்கத் தொடங்கினாள்.

பெருக்கும்போது தனது வலது கையிலிருந்த கண்ணாடி வளையல்கள் ஓசையெழுப்புவதைக் கவனித்துக் கொண்டிருந்தாள். வளையல்கள் தன்னிடம் உரையாடுவதாக அவளுக்குத் தோன்றியது.

"கிளும் . . . கிளும்" வளையல்கள் சொல்லின. "கிளும் . . . கிளும்"

"சரிதான்" வேலைக்காரி சொன்னாள். "ஓணம் பண்டிகைக்குச் சிவப்புப் பிளவுஸ்தான் எனக்கு வேணும். சிவப்புத்தான் எனக்குப் பொருத்தமா இருக்கும்."

சிரமப்பட்டு மாடியேறிய எஜமானி தனது கணவரைக் கூப்பிட்டு எழுப்பினாள். "என்ன இன்னைக்குக் கடைக்குப்

போக வேண்டாமா?" அவள் கேட்டாள்: "இங்கே படுத்துக் குறட்டை விட்டிட்டிருந்தா போதுமா?"

அவன் கண்விழித்து மெல்ல சிரித்தான். இரண்டு நிமிடங்களில் தனது பொறுப்புகள் அவனது நினைவுக்கு வந்தன. அப்போது அந்தப் புன்னகை முகத்தை விட்டு மறைந்தது.

அவன் மெலித்த உடல்வாகும் மாநிறமும் கொண்டவன். தலையின் நடுஉச்சியில் வழுக்கை தொடங்கியிருந்தது.

அவன் எழுந்து நின்றான். கைகளை மேலே உயர்த்தி விரித்தான். மீண்டும் கைகளை கீழே இறக்கினான். அவன் மனைவி அவனையே பார்த்து அருகில் நின்றிருந்தாள். அவள் முகத்தில் கடும் அதிருப்தி படிந்திருந்தது.

"ம்ம்? இப்ப என்ன நடந்திடுச்சு?" அவன் கேட்டான். "கன்றுகுட்டி பால் குடிச்சிருச்சா? விறகு காலியாயிடுச்சா?"

"அதெல்லாம் ஒண்ணுமில்ல" என்றாள். "எனக்கு முடியல. அதுதான் இப்ப நடந்திடுச்சு. அந்தப் பொணத்தை எழுப்பி எதாவது வேலை வாங்கறதுக்குள்ள நான் படுற பாடு! எழுப்பறதுக்கு ஒண்ணரை மணிநேரம் வேணும். எந்த வேலையும் செய்ய மாட்டாள். ஒவ்வொன்னுக்கும் பின்னால நின்னு சொல்லிகிட்டிருக்கணும் . . . என்னைப் பொறுத்தவரை சின்னக்கொழந்தையோட வேலை இது. வேலைக்காரங்க இல்லாம இருக்கறது இதைவிட மேல்."

"ம்ம்"

"எல்லாத்துக்கும் உங்களோட தந்திரம் இதுதான். ஒரு முனகல். அவ்வளவுதான். நீங்க கூப்பிட்டுத் திட்டக்கூடாதா? நான் சொல்லுறப்ப அவளுக்கு விலை இல்ல. அதெல்லாம் நீங்க குடுக்கற இடம். ராதா இங்க வா, ராதா, அங்கே போ . . . இங்க ஒரு எஜமானன் அப்படித்தானே அவளைக் கூப்பிடுறான்! பெறகு எப்படி அவள் என்னைப் பயப்படுவாள்?"

"நான் என்ன பண்ணணும்னு சொல்லுற லட்சுமிகுட்டி?" அவன் கேட்டான்.

"சொல்லுறதுக்குள்ளே கோபம் வந்திடுச்சு. என் மேல எதுக்காக எப்பவும் இப்படிக் கோபம்? அடுத்தவங்ககிட்ட எல்லாம் பெரிய கருணை. ராதா, இங்கே வா . . . ராதா . . . ஓ"

"என்னால இதையெல்லாம் பொறுத்துக்க முடியல. நான்ங்கறதால இதையெல்லாம் சகிச்சிட்டு இங்க காலம் தள்ளுறேன்!"

“உனக்கு அவள் தேவையில்லைன்னா அனுப்பிடலாமே?” அவன் கேட்டான். “அப்ப சொல்லுவே நான் உன்னைக் கஷ்டப்படுத்தறேன்னு. உன்னால தனியா இந்த வேலை யெல்லாம் செய்ய முடியாதே.”

அவன் வேட்டியை உதறி உடுத்திக் கொண்டு கீழே போனான். பின்தொடர்ந்து மனைவியும் படிக்கட்டில் இறங்கினாள்.

“நான் ஆஸ்பத்திரியிலே படுத்திட்டா நீங்க எப்படி இங்க காலம் தள்ளுவீங்க?” அவள் கேட்டாள்.

“இந்தப் புள்ள சோறு வெச்சுத் தந்து நீங்க தின்னப் போறதில்ல. அது நிச்சயம். காலையில அவளைக் கூப்பிட்டு எழுப்ப உங்களால ஆகுமா?”

“நாலு நாளைக்குத்தானே லட்சுமிகுட்டி” என்றான். “அதெல்லாம் சரியாயிடும். அவளால முடியலைன்னா நான் சமைக்க மாட்டேனா சோறும் குழம்பும். எதுக்கும் ஆகாதவன் இல்லையே நான்.”

“நீங்க சோறும் தேநீரும் எல்லாம் தயார் பண்ணி உபசரிப்பீங்க இல்லியா? அவளைக் கூப்பிட்டு ‘ராதா தேநீர் குடிச்சுக்க’ன்னு சொல்லுவீங்க தானே? எனக்குத் தெரியும், நீங்களும் அந்தப் பீடையும் நான் இங்கேர்ந்து எங்காவது போகணும்னு காத்துகிட்டு இருக்கீங்க.”

அவளது குரலில் ஓர் அழுகைக் கலந்திருந்தது. ஒரு நடுக்கமும்.

எஜமானன் அதைக் கேட்காததைப் போல திண்ணையில் போய் அமர்ந்து பல் தேய்க்கத் தொடங்கினான்.

வேலைக்காரி அவனுக்காக ஒரு பெரிய கிளாஸில் தேநீரை நிறைத்து தெற்கு அறையில் வைத்தாள். அவளது நடையழகைக் கண்ட எஜமானியின் கோபம் மேலும் கொழுந்து விட்டு எரிந்தது.

“கஞ்சி என்ன ஆச்சு?” என்று கேட்டாள்.

“கஞ்சியைச் சூடு பண்ண வெச்சிருக்கேன் . . .” என்றாள்.

எஜமானன் அவர்களிருவரையும் கவனிக்காமல், விரைந்து முகம் திருப்பித் தெற்கு அறையை நோக்கிப் போனான். அவனுடைய நடவடிக்கை எஜமானிக்கு உவப்பைத் தரவில்லை.

“காலையில எழுந்து எத்தனை நேரம் வெறும் வயிற்றோட நிற்கறது?” அவள் கேட்டாள். “ஊனம் எதுவும் இல்லாம குழந்தையைப் பெத்தெடுக்க முடிஞ்ச அதோட அதிர்ஷ்டம்!

பண்ணக்கூடாததெல்லாம் இங்கே பண்ணறேன். படிக்கட்டில் ஏறணும், எறங்கணும் . . . பட்டினி கெடக்கணும் . . . வேலை செய்யணும் ஆனா, யாருக்கு நஷ்டம்?”

வேலைக்காரி ஒரு பலகையைத் தரையில் போட்டு, அதன் மீது கஞ்சிப் பீங்கானையும் பலா இலையும் வைத்தாள். ஓர் இலைத்துண்டில் சிறிது துவையலையும். தனது எஜமானி அமரட்டும் என்று கஞ்சிச்செம்புடன் சுவரில் சாய்ந்து நின்று காத்துக்கொண்டிருந்தாள்.

○○○

எஜமானி உறக்கப் போனதும், ராதா தனது பாயைச் சுவரை ஒட்டி விரித்தாள். சிறிய சிம்னி விளக்கைத் தனக்காக எடுத்து வந்து தலைமாட்டில் வைத்தாள். பிறகு, அந்த ரேழியில் ஆவிகளைப் பார்த்துக்கொண்டிருந்தாள். இறந்து போன தனது தாயும் பாட்டியும் ஒரு மூலையில் வந்தமர்ந்து கூகையைப் போல அலறுவதாக அவளுக்குத் தோன்றியது. தனக்கு ஒரு வயது நிறைவடையும் முன்பாகவே, துன்பப்பட்டு இறந்து போன அம்மா இப்போது என்னை அச்சுறுத்துவதற்காக வந்திருக்கிறாள்!

அவள் கூடையை எடுத்து அதிலிருந்த உடைந்த வளையல் துண்டுகளைத் தரையில் பரப்பினாள். அவற்றை வட்டமாக வைத்தாள்.

“இப்ப சூரியன் மாதிரி இருக்குது” என்றாள். இருண்ட மூலையிலிருந்து அவளுடைய அம்மா அப்போதும் முணுமுணுத்தாள். “எனக்குப் பயம் எல்லாம் கெடையாது. நான் யாருக்கும் பயப்பட மாட்டேன்.”

அவள் வளையல் துண்டுகளை மீண்டும் கூடையில் போட்டாள். அந்தக் கூடையை எடுத்துப்போய் ஜன்னல்படி மீது வைத்தாள். மாடியில் அவளுடைய எஜமானி விம்மியழும் சத்தம் கேட்டது. சற்றுநேரம் அந்த அழுகைச் சத்தத்தைக் கவனித்துக்கொண்டிருந்தாள். இத்தனைப் பெரியவர்களும் இப்படி அழுவார்களா? அந்தப் பருத்த வயிறு வலித்திருக்கும். அவள் தனக்குள் சொல்லிக்கொண்டாள். எத்தனை வலியை அனுபவிக்க வேண்டும் ஒரு பெண் பிரசவம் ஆவதற்கு! அவளுக்கு அதைப்பற்றி நன்றாகத் தெரியும். நாணியம்மா சொல்லித் தந்தவற்றை எல்லாம் நினைவுகூர்கிறாள் அல்லவா? பெண்ணாகப் பிறந்தால் நரகம் தான். பெண்ணாகப் பிறக்காமல் இருப்பதே நல்லது. அவள் முகத்தைச் சுவர் பக்கமாகத் திருப்பிப் படுத்தாள். அவளுக்கு உறக்கம் வரும்வரை எரிவதற்கான எண்ணெய் அந்த விளக்கில் இருக்கவேண்டுமென்று விரும்பினாள். வயிற்றின் மீது

விழுந்த கடும் வலியுடன் மறுநாள் கண்விழித்தப்போது காலைத் தூக்கி எஜமானன் நின்றுகொண்டிருந்தான்.

"அய்யோ, மிதிக்காதீங்க."

அவனருகில் நெருங்கி எஜமானி சொன்னாள்.

"இனியும் மிதிப்பேன். இந்த மூதேவிய" என்றான் அவன்.

அதற்குக் காரணம் என்ன? ராதாவுக்கு எதுவும் புரியவில்லை. அவள் பாயை விட்டு எழுந்து, சுவரோடு சாய்ந்து நின்று தனது மார்பையும் அடிவயிற்றையும் தேய்த்துக்கொண்டிருந்தாள். அப்போதும் அந்த வலி குறையவில்லை.

"பயம் விட்டிடுச்சு இல்ல?" எஜமானன் கேட்டான். "எதையும் பண்ணலாம்னு நெனைச்சியா?" அவளது கன்னத்தில் ஓங்கி அறைந்தான். அவள் அழத்தொடங்கினாள்.

"பொணம் . . . அழுதுகிட்டிருக்குது."

அவன் திண்ணைப்பக்கம் போனான். எஜமானி அவனைப் பின்தொடர்ந்தாள்.

வேலைக்காரி சமையலறைக்குச் சென்று ஓலையை எரிய வைத்து அடுப்பை மூட்டினாள். அவளது கன்னங்கள் எரிந்தன. ஆனால், அவள் அழவில்லை. இதெல்லாம் எதற்காக? அந்தக் கேள்விக்கான பதிலைத் தேடிக்கொண்டிருந்தது அவள் மனம். சமையலறைக்கு வந்த எஜமானி மெல்லியக் குரலில் கேட்டாள்: "ராதா ரொம்பவும் வலிக்குதா?"

அவள் தலையாட்டினாள்.

"பரவாயில்ல" என்றாள். "நீ தப்புப் பண்ணினதாலதான் எஜமானன் உன்னை அடிச்சார்? அடிக்கறதுக்கும் காப்பாத்தறதுக்குமான ஆள்தானே அவர்?"

"ம்ம்."

எஜமானியின் உப்பிய வயிறும் மஞ்சள் முகமும் அவளது பார்வையில் பட்டன. அவளுக்குப் பாவமாக இருந்தது. பாவம் பெண்! அவளுக்கும் அந்த கொடியவன் இத்தகைய அடியையும் மிதியையும் தருவது உண்டு. தனது எஜமானியின் இந்த புதிய மாற்றம் அவளுக்கு வியப்பளித்தது.

"நீ பொய் பேசக்கூடாது சரியா ராதா!" எஜமானி சொன்னாள்: "பொய் பேசறதைக் கேட்டா அவருக்கு அதிகம் கோபம் வந்திடும்."

நான் பேசிய பொய் என்னவென்று கேட்க அவளுக்குத் தோன்றவில்லை. அவள் கிணற்றடிக்குப் போனாள்.

அன்றும் காகம் அவனைக் கண்டதும் முகத்தைத் திருப்பிக் கரைந்தது.

“கா . . . கா . . .” ஆனால் ராதா எதுவும் பேசவில்லை.

அன்று ஏகாதசியைக் காரணமாகச் சொல்லி எஜமானி சீக்கிரமாகவே கோயில் குளத்திற்குக் குளிக்கப் போனாள். எஜமானனுக்கான தேநீர் ஆறிப்போய் ஆடைபடிந்து தெற்கு அறையிலேயே இருந்தது. ராதா அதை எடுத்து வந்து மீண்டும் சூடாக்கி மெல்லத் தயங்கி மாடிக்குப் போனாள்.

“இந்தாங்க டீ . . .” என்றாள்.

அவன் குப்புறப்படுத்துக் கொண்டிருந்தான் அவனது தோள்கள் உயர்ந்தும் தாழ்ந்தும் கொண்டிருந்தன. ஒரு நடுக்கத்துடன்.

“டீ” ராதா கூப்பிட்டாள்.

அப்போதுதான் அவன் அழுதுகொண்டிருப்பது விளங்கியது. அவள் மலைப்புடன் அவனைப் பார்த்துக்கொண்டிருந்தாள்.

“அதையும் எடுத்துட்டுப் போ ராதா” என்றான். “இப்ப திரும்பி வந்ததும் ஒவ்வொன்னா சொல்ல ஆரம்பிச்சுவாள். அதைக் கேட்க என்னால முடியாது.”

அவனது முகத்தில் தென்பட்ட திகைப்பைக் கண்டதும் ஏனோ அவள் தைரியமடைந்தாள்.

அவள் தேநீர்ப் பாத்திரத்தை எடுத்துக்கொண்டு மாடிப்படிகளில் இறங்கி மீண்டும் சமையலறைக்குப் போனாள். அவளது கண்ணாடி வளையல்கள் குலுங்கின. “கிளும் . . . கிளும்.”

அவள் சொன்னாள்: “சரிதான், எனக்குச் சிவப்புப் பாவடைத்தான் பொருத்தமா இருக்கும். எனக்கு ஓணப்பண்டிகைக்கு சிவப்புப்பாவடைத்தான் வேணும் . . . எனக்கு அதுதான் பொருத்தமா இருக்கும்.”

**(1962)**

# குளிர்

அன்று அவர் ஏறிய விமானம் தரையை விட்டு எழுந்தபோது சூரியன் உதித்துக் கொண்டிருந்தது. பனிமூட்டத்தில் உருகிக் கலந்த ஒரு வெளிர்சூரியன். எனது கன்னங்கள் குளிரில் உறைந்திருந்தன. நான் விரைந்து நடந்தேன். விளக்குகளும் அந்நியர்களும் நிறைந்த அறைகளின் ஊடாக நடந்து, காரை நெருங்கினேன்.

ஆகாயத்தில் எங்கோ விமானம் உறுமிக் கொண்டிருந்தது.

கண்ணீரா! அதற்கு வழியேயில்லை. இது எங்களுடைய முதல் பிரிவு அல்ல. இந்த விடைபெறல் பலதடவைகளாகத் தொடர்கிறது. அடுத்த மாதம் மீண்டும் அவர் இந்த நகரத்திற்குத் திரும்பி வருவார். மீண்டும் புத்தகங்கள் இறைந்து கிடக்கும் கம்பளத்தில், அவரது காலடியில் அமர்ந்து நான் உரையாடுவேன். அல்லது அமைதியாக அமர்ந்து, அந்த அறையின் மெளனத்திற்கு உயிர் கொடுப்போம். பிறகு, வேலையாள் வந்து அழைத்ததும், எழுந்து உணவுஅறையை நோக்கிப் போவோம். சூப்பும் வெஜிட்டபிள் கட்லெட்டும் காப்பியும் சாப்பிடுவோம். இதற்கெல்லாம் எந்த மாற்றமும் இல்லை. எந்த முடிவுமில்லை . . .

ஆனால், அவர் இன்று சொன்னார்: “எனக்கு வயசாயிடுச்சு.”

என் வீட்டருகில் ஒரு பெரிய சுடுகாடு உள்ளது. எரியூட்டும் இடம். அந்த வழியைக் கடந்து போகும்

போது எலும்புகள் நொறுங்கும் சத்தம் கேட்கும். தடித்த மலைப்பாம்புகளைப் போல புகைக் கயிறுகள் வானத்தில் எழுவதைப் பார்ப்பதுண்டு. அப்போது ஒரு நபரை மட்டும் நினைவுகூர்வேன். கடந்து செல்லும் நாட்களின் காலடிகளைப் போல சுருக்கங்கள் விழுந்த ஒரு முகம். கருகும் புகையைப் போன்ற உதடுகள் ... இவையெல்லாம் நிறைவடையும் என்று எப்படி நம்புவேன்?

“இறந்து விடுவோமா?” நான் கேட்டேன். “இறக்க மாட்டோம் என்று சொல்.”

அவர் என் கண்களைப் பார்த்துப் புன்னகைத்தார். தனது அன்பு நிலைத்திருப்பது உடம்பில் அல்ல, தோலையும் சதையையும் எலும்பையும் மஜ்ஜையையும் ஊடுருவி, புலப்படாத அந்த மையத்தில்தான் என்று அவர் பலதடவை கூறியதுண்டு. அதற்கு மரணம் இல்லை. பிறகேன் நான் பயப்பட வேண்டும்?

இருப்பினும் நான் அந்த உருவத்தைப் பார்க்க வேண்டும். பார்த்துக்கொண்டிருக்க வேண்டும். அவருக்குத் தேவைப்படாத இந்த உடம்பை, மெத்தைப் போர்வைகளுக்கிடையில் கிடத்தி ஓய்வெடுக்கும் போது குற்றவுணர்வில் அழுவேன். ஏனெனில், இந்த எளிய உடம்பை நேசிக்கிறேன். இதனுடைய மோகங்களை நானறிவேன். ஒருபோதும் எட்டமுடியாத சில மோகங்கள். அந்த விரல்களின் கொஞ்சல்கள். அந்த ரத்தத்துடனான பிணைப்பு.

இனி நான் எங்கே போவேன்? வீட்டிற்கா? ஏன் என்னை நேசிக்கிறீர்கள்? நான் என் கணவரிடம் பலமுறை கேட்டிருக்கிறேன். நான் சபலப்படுபவள். சஞ்சல மனதைக் கொண்டவள். நம்பத்தகாதவள். நீ அப்பாவி, நீ பெண், நீ நேசிக்கப் பட வேண்டியவள் ... இருப்பினும் நான் குற்றவுணர்வுக்கு ஆளானேன். என்னால் பிழை செய்ய மட்டுமே இயலும். நானே ஒரு கொடியப் பிழை.

காரை வேறு திசையில் திருப்பிச் செலுத்தினேன். ஒருவேளை எனது இன்றைய மந்தநிலையை இந்திரஜித் போக்கித்தர கூடும். ஆத்மாவின் வேர்கள் சரீரத்தில் இறங்கி வளருமென்று சொல்லித்தந்த இந்திரஜித். இந்தச் சரீரமே மண். இந்த மண்ணில் மட்டுமே நம்மால்நிலைக்க முடியும். இதில் மட்டுமே உயிர் வளரும் என்பார் அவர். பின்னர் வேட்கை நிறைந்த, உயிருள்ள, இதமான கைகளால் என்னை அணைத்துக்கொள்வார். அன்று ரத்தத்தின் உற்சவமாகத் திகழ்ந்தது. நான் ஒருமுறை கண்விழித்தபோது என் முகத்தின் மீது நிலவைப் போல அந்த முகம் இருந்தது. ஒளிரும் கண்கள், சிவந்த கன்னங்கள். உன்னைப் போல வேறு

யாரேனும் எனக்கு இருந்தார்களா? இருந்ததாக எனக்குக் கொஞ் சமும் நினைவில்லை. நீ எனது ஆகாயத்தையும் பூமியையும் நாற்திசைகளையும் நிறைத்து நிற்கிறாய். நான் அன்பைக்கூட மறந்துவிடுவேன். கொஞ்சம் கொஞ்சமாக மறந்துவிடுவேன். எனது சரீரம் உனது வீடாக மாறட்டும். ஒரு பெண்ணின் நினைவுகளுடன், உன்னடியில் கிடந்து இந்நிமிடத்தில் இறந்து போகிறேன்.

ஆனால், நான் உன்னை நேசிக்கவில்லையே. உனது தோலை யும் சதையையும் எலும்பையும் மஜ்ஜையையும் கடந்து உனது மையத்தை அடைந்துவிட்டால், அங்கே நானோர் அந்நியளாகி விடுவேன். நமக்குள் ஆத்மாவிற்குரிய எந்த உறவுமில்லை. உனது ஆத்மாவின் முகம் எனக்கு அந்நியமாக இருக்கும் . . .

ராஜ்பத் அசோகா சாலையைத் தொடும் இடத்தில் ஒரு மோட்டார் லாரி சிதைந்து கிடந்தது. சுற்றிலும் போலீஸ்காரர்கள். பார்வையாளர்கள். சாலையில் ரத்தம் தேங்கியிருந்தது.

இன்று காலை இந்தச் சாலையில் இறந்த மனிதன் யாராக இருப்பான். ஒரு லாரி டிரைவர்? அவனிடம் ஓர் ஆத்மா இருந்திருக்குமா? சிவந்த உதடுகள் இருந்திருக்குமா? இதமான கைகால்கள் இருந்திருக்குமா?

ஓ . . . இந்திரஜித், எனக்கு அன்பிலிருந்து விடுதலை வேண்டும். இந்த மண்ணிலிருந்து மட்டுமே எனக்கு விடுதலை கிடைக்கும். பெரிய பாறைச்சிறகுகளைப் போன்ற இருபுறமும் ரோமம் வளர்ந்த உனது இந்த மார்பில், நான் முகம் புதைப்பேன். நான் வேறு எதையும் பார்க்க வேண்டியதில்லை. நான் மரணத்தைப் பற்றி கேள்விப்படக்கூட விரும்பவில்லை. நீ வாழ்க்கையைப் பற்றி மட்டுமே நினைவூட்டுகிறாய். உனது மரணம் உயிரின் மணத்தைக் கொண்டது. புதுமழையின் மணம். மரணம் ஒருபோதும் உன்னை நெருங்காது.

அவர் சொன்னார்: "எனக்கு வயசாயிடுச்சு." விமானத்தை நோக்கி நடக்கும்போது அந்தப் பருத்த தோள்களில் ஒரு முன்பக்கச் சாய்வு உருவாகியிருந்தது. அந்தக் கால்களில் ஒரு மாறுபட்ட சுணக்கம் தெரிந்தது.நான் அவரை மீண்டும் காண மாட்டேனோ? ஒருமுறை கோடைவிடுமுறையில் ஊருக்குப் போனப்போது பாட்டி கேட்டாள்: இப்போ எனக்குப் பார்க்க கிடைக்காம ஆயிட்டே. நாம ரெண்டு பேரும் சேர்ந்து ஒரு ராத்திரி எல்லாம் பேசிகிட்டிருக்கணும் . . . "நிச்சயமாக" என்றேன் நான். ஆனால், ஒன்றாகப் படுத்து உறங்கவோ பேசிக்கொண் டிருக்கவோ முடியவில்லை. விடுமுறை முடிந்து புறப்படும்போது

வெறுமையான விழிகளால் காரைப் பார்த்துக்கொண்டிருந்தாள் பாட்டி. சித்திரை மாதம் வருவீயா? கண்டிப்பா வருவேன். ஆனால் பங்குனி மாதத்தில் பாட்டி இறந்துவிட்டாள். மரணம் என்பது ஒருவிதமான சதிவேலை! எனக்கு அந்த வார்த்தையே பிடிக்காது. நான் அதை நினைவுகூர மாட்டேன்.

சாலையின் இருபுறமும் காலரிகளை எழுப்ப மரக்கம்பு களை வரிசைவரிசையாக நட்டு வைத்திருந்தார்கள். ஜனவரி இருபத்தாறாம் தினத்தைக் கொண்டாடுவதற்காக டெல்லி ஆயத்தமாகிக் கொண்டிருந்தது. சாலையில் ஒரு லாரி டிரைவரின் ரத்தத்தின் சிவப்புத்தேக்கமும்.

ஒரு மொட்டை மாடி மீதிருந்த தனியறையில் இந்திரஜித் வசித்து வந்தார். நான் படிக்கட்டுகள் ஏறி களைப்புடன் அவ்விடத்தை அடைந்தபோது அவர் காலை நாளிதழை வாசித்தபடி கட்டிலில் படுத்திருந்தார்.

“இது ஒரு எதிர்பாராத வருகை” என்றார்.

அந்த அறைகளில் கதகதப்பு இருந்தது. இந்திரஜித் ஒரு தீ நாளமாக எனக்குத் தோன்றினார். அவரது நிறத்திற்கு ஒரு தீநாளத்தின் துடிப்பு இருந்தது. நான் அமர்வதற்காக ஒரு நாற்காலியை இழுத்துப் போட்டார். பிறகு என் ஒப்பனையின் பொருத்தமின்மையைக் குறைத்துக்கொள்ளுமாறு கேட்டுக் கொண்டார்.

“இந்திரஜித் . . . நான் விமான நிலையத்துக்குப் போயிருந்தேன்.”

அவர் எதுவும் பேசவில்லை. உங்களுக்கு ஆர்வம் இல்லையா? என்னைப் பற்றி எதையும் தெரிந்து கொள்ள வேண்டாமா? நான் யாரை நேசிக்கிறேன் என்பதையோ, யாருடைய பெண் என்பதையோ . . . தெரிந்துகொள்ள வேண்டாமா?

“உங்களுக்கு என்னைப் பத்திச் தெரிஞ்சுக்கணும்ங்ற ஆசை கெடையாதா . . . கொஞ்சமும் கெடையாதா . . ?”

“எனக்கு அந்த வார்த்தையை உச்சரிக்க விருப்பமில்லை. எந்த அர்த்தமும் இல்லாத வார்த்தை . . . அப்புறம் அதாவது, நான் உன்னை நேசிச்சிருந்தாலும்கூட, அதை உன்னிடம் தெரிவித்து என்ன பயன்?”

“நான் எதற்காக உங்களிடம் ஓடி வருகிறேன்?”

அவர் என் முகத்தில் முத்தமிட்டார். “நமக்கு அன்பு வேண்டாம் . . . நமக்கு இதெல்லாம் போதும் அன்பே.”

ஓ... பதிவிரதையான பெண்ணே... சாந்தமூர்த்தியைக் காதலிப்பவளே, கணவனால் ஆராதிக்கப்படுபவளே... இந்த முத்தம் போதுமா உனக்கு? அன்பின் பதிலியாக இந்தப் போதை போதுமா உனக்கு...

சற்றுநேரம் கழித்து இந்த அறையை விட்டு வெளியேறிவிடுவேன். இங்கு நடப்பவை எதுவும் நிஜமாக இருக்காது. முதுமை பாதித்த ஒரு மனிதனே நிஜம். அவர் மீண்டும் வருவார். மீண்டும் அந்தக் கைவிரல்கள் எனது கூந்தலை வருடும்... அப்போது நான் சொல்வேன்: "என் கர்ப்பப்பையில் ஒரு பூஞ்சாணம் போல ஓர் அந்நியன் வளர்ந்துகொண்டிருக்கிறான். தங்களின் புன்னகையைக் கொண்ட என் குழந்தைகள் – என் உண்மையான குழந்தைகள் – ஒருபோதும் பிறக்கப்போவதில்லையே. அவர்கள் ஒருபோதும் சூரியனைக் காணப்போவதில்லை. அவர்களுக்கு கதகதப்பு இல்லை. குளிர் இல்லை. எதுவுமில்லை. எனது அப்பாவிக் குழந்தைகள்...

மீண்டும் அந்த மாலைப்பொழுது நிறைவடையும். ரத்தம் வடிந்து வடிந்து தீர்ந்து போவதைப் போல, மரணம் வந்தடைவதைப் போல, எங்களின் அந்த மாலைப்பொழுதும் வந்தடையும்...

(1966)

# மாலுமி சீருடையணிந்த சிறுவன்

அமைச்சர் தனது தனிச் செயலாளரையும் அவரது மனைவியையும் இரவு விருந்துக்காக வீட்டிற்கு அழைத்திருக்கிறார் என்று தெரிந்ததும் அவரது தர்மபத்தினி ஆட்சேபத்தைத் தெரிவித்தாள். ஆனால் அமைச்சர் அழைப்பை ரத்துச் செய்ய வில்லை.

இரவு விருந்து நாள். அந்தச் சாபமேற்ற மாலைப் பொழுதில் வெளிறிய, மெலிந்த குள்ளமான ஒரு மலையாளி இளம்பெண் அமைச்சரின் அழகான வரவேற்பறையில் வந்து நின்றாள். தனது ஈரக்கூந்தலை அவிழ்த்து விட்டிருந்தாள். மெல்லிய வெண்ணிறப் புடவையை உடுத்திய அவளைப் பார்த்ததுமே மலடியான நடுத்தர வயதுப் பெண்ணின் மனம் லேசாக அதிர்ந்தது. இரண்டாவது பார்வையில் விருந்தாளி கர்ப்பிணி என்று தெரிந்தவுடன் ஒரு புன்னகையைக்கூட வெளிப்படுத்த முடியாமல் போனது. சற்று கம்மிய குரலில் சொன்னாள்.

"உங்காருங்க அவரை வரச் சொல்றேன்."

அமைச்சர் குளித்துக்கொண்டிருந்தார். மனைவி கதவைத் தட்டிச் சொன்னாள். "அவங்க வந்திருக்காங்க. டின்னருக்குக் கூப்பிட்டதுமே தீர்மானம் செஞ்சிருப்பாங்க. சாயங்காலத்து டீயையும் மிச்சம் பிடிச்சுக்கலாம்னு. மணி ஏழுதான் ஆகுது. இனி மூணு நாலுமணி நேரம் நான் அவங்ககிட்டே

எதைப் பேசிகிட்டு இருக்கணும்னு நீங்க சொல்றீங்க? உங்களுக்கு இவங்களையெல்லாம் கூப்பிட்டா மட்டும் போதும். எல்லாப் பொறுப்பையும் நான் தான் சுமக்கணும்."

அமைச்சர் பதில் சொல்லவில்லை. ஓரிருமுறை மூக்கைச் சிந்தி தனது டர்க்கி டவலைப் பலமாக உதறினார். மனைவி முனகியவாறு விருந்தாளிகளிடம் திரும்பிப் போனாள். நட்புடன் பழகக்கூடிய இயல்புதான் அவளுக்கு. ஆனால் சம அந்தஸ்தை உடையவர்களிடம் மட்டுமே அன்பைப் பொழிவாள். சக அமைச்சர்களின் மனைவிகளுடன் குலாவும்போதும், பிரதம மந்திரியின் எதிரிலும் கலகலப்பாகக் காணப்படுவாள். ஆனால் துச்சமான சம்பளம் வாங்கும் ஓர் இளைஞனின் கிராமத்து மனைவியைக் கண்டபோது வேற்றுக் கிரகத்தில் வசிக்கும் உயிர்களிடம் ஏற்படும் ஓர் அவமரியாதை மட்டுமே அவளுக்கு உண்டானது. விருந்தோம்பும் முறை தெரிந்த அமைச்சரின் மனைவி வெட்கத்தால் கூசிப் போனாள். ஒரே சோஃபாவில் ஒடுங்கி உட்கார்ந்திருந்த அவ்விருவருக்கும் சிறிது தக்காளிப் பானத்தை எடுத்து வந்து தந்தாள். பிறகு எதிர்ப்புறமிருந்த ஒரு நாற்காலியில் அமர்ந்து புன்னகைத்தாள். பளிச்சிடும் ஒரு தங்கப் பல் அச்சிரிப்பின் செயற்கை அழகை மேலும் எடுத்துக் காட்டியது.

விருந்தாளிப் பெண் தன் கணவன் பக்கமாகச் சற்று நெருங்கி உட்கார்ந்தாள். அவளது உள்ளங்கைகள் அதிகம் வியர்த்திருந்தன.

"உங்க பேர் என்ன?" இல்லத்தலைவி வினவினாள்.

"கொச்சு அம்மிணி."

"எனக்கு அந்த மலையாளப் பேரைச் சரியா உச்சரிக்க முடியும்னு தோணல. அதனால நான் உங்களை மிஸஸ் நாயர்னு கூப்பிடுறேன்."

இளைஞன் அதை ஒரு தமாஷாகக் கருதி உரக்கச் சிரித்தான். சிரிக்கையில் அவலட்சணமாகக் கோணும் முகம் அவனுக்கு. அவன் சிரிக்கும்போதெல்லாம் அவனது மனைவி சங்கடத்தோடு முகத்தைத் திருப்பிக்கொள்வாள். மற்ற சமயங்களில் தனது அகன்ற விழிகளால் அவனை ரசித்துக்கொண்டிருப்பாள்.

அமைச்சர் குளித்து வர சற்றுத் தாமதமானது. அதற்குள் இல்லத்தலைவி விருந்தாளிகளின் பிறப்பிடம், தாய் தந்தையர், கல்வித் தகுதி இவைகளையெல்லாம் கேட்டறிந்தாள். பிறகு கடைசி வேலையாகத் தடிமனான போட்டோ ஆல்பத்தை அவர்களிடம் நீட்டினாள்.

இளம்பெண் சட்டென உணர்வு பெற்றாள். அமைச்சர் அறைக்குள் நுழைந்தபோது ஒரு போட்டோவை வெறித்துத் தலைகுனிந்து அமர்ந்திருக்கும் அந்த இளம் பெண்ணைக் கவனித்தார். நிலைப்படியிலேயே மௌனமாக நின்றார்.

"அது என் கணவரோட படம். அவர் நாலுவயதுப் பையனா இருந்தபோது மெட்ராஸ்ல எடுத்தது. அந்தக் காலத்துலே சின்னக் குழந்தைகளுக்கு மாலுமி சீருடை போட்டு அழகு பார்க்கறது வழக்கம். இந்தப் போட்டோவை அவரோட அம்மா அவங்க அறையிலே சட்டம் போட்டு மாட்டி வெச்சிருந்தாங்க. அவங்க இறந்த பிறகு அதை ஆல்பத்துல ஒட்டி வெச்சேன்!" என்றாள் அமைச்சரின் மனைவி.

பக்கத்தைப் புரட்டாமல் அதைப் பார்த்தபடியே அசையாமல் அமர்ந்திருந்தாள் இளம்பெண். பிறகு அவள் கணவன் சொன்னான்.

"பக்கத்தைத் திருப்பு."

இருப்பினும் அவள் அசையவில்லை.

"என் சின்ன வயசுப் போட்டோவைப் பார்க்கறீங்களா?" நிலைப்படியில் நின்றிருந்த அமைச்சர் கேட்டார். அறுபது வருஷத்துக்கு முந்தி எடுத்த படம், அந்த உருவத்துல நெறைய வித்தியாசம் வந்திடுச்சு!"

இளைஞன் எழுந்து நின்று வணங்கினான். ஆனால் அவனது மனைவி உட்கார்ந்த இடத்தைவிட்டு எழவில்லை. அப்புகைப்படத்தைத் தனது மெல்லிய விரல்களால் மறைத்துத் திகைப்புடன் அண்ணாந்து பார்த்தாள்.

"எழுந்து நில். கொச்சு அம்மிணி" அவளது கணவன் முணுமுணுத்தான்.

"எழுந்து நிற்க வேண்டாம், மிஸஸ் நாயார். நான் உங்க பக்கத்துல உட்கார்ந்து ஒவ்வொரு போட்டோவோட பின்னணியையும் விளக்கமா சொல்றேன்."

இளைஞன் அடுத்த சோபாவிற்கு மாறி அமர்ந்தான். அவனது முகம் ஒரு புன்முறுவலால் விகாரமடைந்தது.

"நான் உங்களுக்கும் கொஞ்சம் தக்காளி ஜூஸ் எடுத்து வரட்டுமா?" அமைச்சரின் மனைவி கேட்டாள்.

"வேண்டாம். எனக்கு விஸ்கி போதும். ரெண்டு சோடாவை யும் எடுத்து வரச் சொல்லு. நாயர் நீங்க என் கூட குடிப்பீங்க தானே?"

கமலா தாஸ்

"இல்லை சார், நான் குடிக்கறதில்ல" இளைஞன் பதிலளித்தான்.

"நீங்க பொருத்தமில்லாத ஆள்" என்றார் அமைச்சர்.

"எப்போதாவது ஒரு பெக் குடிச்சா என்ன ஆயிறப் போகுது. மிஸஸ் நாயர்க்கு நீங்க குடிக்கிறதுனால ஆட்சேபம் எதுவும் இருக்காதுன்னு நெனைக்கிறேன்."

"எனக்கு ஆட்சேபம் தான். எனக்கு குடிப்பழக்கம்னால வெறுப்பு" என்றாள் இளம்பெண்.

அமைச்சர் சிரித்தார்.

"சரி, அப்படின்னா இன்னைக்கு நானும் குடிக்கறதில்ல. எனக்குத் தக்காளி ஜூஸ் மட்டும் போதும்."

தக்காளி ஜூஸைக் குடித்தபடி அமைச்சர் சொன்னார்.

"என் அம்மா உயிரோட இருந்த காலத்துல நான் ஒரு நாளும் குடிச்சது கிடையாது. அம்மாவுக்கு அதெல்லாம் பிடிக்காது."

"அம்மான்னா பயம், ஆனா மனைவியிடம் பயப்பட வேண்டாமே" என்றாள் அமைச்சரின் மனைவி. "அதற்காக அம்மாவைப் பயந்தேன்னு அர்த்தமில்ல. அம்மாவை வேதனைப் படுத்த எனக்கு என்னைக்குமே மனசு வந்ததில்ல. என்னோட அம்மா ரொம்ப பாவம். அவங்களைப் புரிஞ்சிக்கறதுக்காக நான் ஒரு கதை சொல்றேன். என்னோட மனைவி ஒருநாள் பழக்காரி ஒருத்தியை மாடிக்குக் கூப்பிட்டாள். நாங்க அன்னைக்கு நாலு அடுக்குக் கட்டிடத்தோட நாலாவது மாடியிலே குடியிருந்தோம். அந்தப் பழக்காரி எட்டோ, ஒன்பதோ மாத கர்ப்பிணியா இருந்தாள். அவள் அந்த வயிற்றைச் சுமந்துகிட்டு படிக்கட்டுகள்ல ஏறிக் கூடையைக் கீழே வெக்கறதுக்குள்ளே வியர்வையில் நனைஞ்சுட்டாள். அவகிட்ட பேரம் பேசிக்கிட்டிருந்த என் மனைவிக்கு ஏனோ அவள் மேல் கோபம் வந்திடுச்சு. அவள் சொன்னாள் நீ போயிடு. உன்னோட பழங்கள் எனக்கு வேண்டாம். அதைக் கேட்ட என் அம்மா உள்ளேர்ந்து வந்து என் மனைவியைத் திட்டினாங்க—'நீயும் அவளைமாதிரி ஒரு பெண் தானே? இந்த வயிற்றை வெச்சிக்கிட்டுத் தானே படிக்கட்டுல ஏறி வந்தாள். இனி ஒண்ணுமே வாங்காம அவளைத் திருப்பி அனுப்பினா நான் ஒத்துக்கமாட்டேன்.' அப்படிப்பட்டவங்க என் அம்மா."

"எல்லா மாமியார்களும் அப்படித்தான். அவங்களுக்கு மருமகளுங்க செய்யுற எல்லாமே தவறாகத்தான் தெரியும்" என்றாள் அமைச்சரின் மனைவி.

"இருக்கட்டும், பக்கத்தைத் திருப்பு. நான் மற்றப் படங்களைப் பத்தியும் சொல்லித் தர்றேன்."

"இந்தப் போட்டோ எனக்கு வேணும்" என்றாள் இளம் பெண்.

இளைஞனிடம் எதையோ பேசிக்கொண்டிருந்த இல்லத் தலைவி வாயடைத்துப் போனாள்.

அமைச்சர் சிரித்தார்.

"இந்தப் போட்டோவா?" அவர் கேட்டார். "உங்க ஆல்பத்துக்கு ஒரு போட்டோ வேணும்னா, போன வருஷம் எடுத்த போட்டோ காப்பியைத் தர்றேன். நானும் மனைவியும் அமெரிக்காவுக்குப் போனபோது விமான நிலையத்துல நின்னு எடுத்த போட்டோ அது."

"அதெனக்கு வேண்டாம். எனக்கு இந்தப் போட்டோ கெடச்சா போதும்" என்றாள் இளம்பெண்.

"அதை எப்படித் தரமுடியும் மிஸிஸ் நாயர்? அது என் கணவரோட அம்மாவுக்குப் பிடிச்ச போட்டோ. அதைக் கண்ணாடிச்சட்டம் போட்டு அவங்க அறையிலே மாட்டி வைச்சிருந்தாங்க. அவங்க இறந்த பிறகுதான் எடுத்தேன். அது இந்தக் குடும்பத்துக்கு வெளியே போறது நல்லதில்ல."

அமைச்சருடைய மனைவி முகம் அடக்கி வைத்த ஆத்திரத்தால் சிவந்தது. சம அந்தஸ்த்தில் உள்ளவர்களிடம் மட்டுமே நெருங்கிப் பழக வேண்டுமென்று பலமுறை அவரிடம் சொல்லியிருக்கிறேன். ஒவ்வொருவரையும் அவரவரது இடத்தில் வைக்க வேண்டும். நாகரிகம் தெரியாத இந்தப் பெண்ணை ஒரு மருமகளைப்போல அருகில் உட்கார வைத்ததால்தானே திமிராக நடந்துகொள்கிறாள். போட்டோ வேண்டுமென்று!

"உங்களுக்கு எதுக்காக இந்தப் போட்டோ?" அமைச்சர் கேட்டார்.

இளைஞன் சட்டென எழுந்து அந்த ஆல்பத்தைப் பறித்தெடுக்க முயன்றான். ஆனால் அவனது முயற்சி பலிக்கவில்லை. "மன்னிச்சிடுங்க அவள் அடிக்கடி சின்னக்குழந்தைங்க மாதிரி நடந்துக்குவாள். இங்கிதமே இல்லை. அவளோட அம்மா அப்பாவுக்கு ஒரே மகள். அதனாலே செல்லம் தந்து கெடுத்து வெச்சிருக்காங்க!"

அமைச்சரின் மனைவி எதுவுமே பேசவில்லை. ஒரு சோஃபாவில் நெருக்கமாக உட்கார்ந்திருக்கும் தன் கணவனையும்

அந்த மலையாளி இளம் பெண்ணையும் கண்கொட்டாமல் பார்த்தாள். அவர்கள் ஒருவரையொருவர் பார்த்தபடி சிலையாக அமர்ந்திருக்கும் காட்சியைக் கண்டு நிம்மதியிழந்தாள்.

இளம்பெண் அந்தப் போட்டோ குழந்தையின் கொழுத்த கன்னங்களை விரல்களால் வருடினாள்.

"இதை நான் எப்பவும் பார்த்துக்கிட்டிருக்கணும்" என்றாள்.

"கொச்சு அம்மிணி உனக்குப் பைத்தியமா?" இளைஞன் பொறுமையிழந்து கேட்டான்.

"எனக்கு இது மட்டும் தான் வேணும்?" என்றாள் இளம்பெண். அவளது கண்கள் ஈரமாயின. அமைச்சர் அவளது முகத்தைப் பார்த்துச் சிந்தனையில் ஆழ்ந்தார்.

"குழந்தைங்க படங்களை நான் சேகரிச்சு வெச்சிருக்கேன். அலமாரியைத் திறந்து தேடிப் பார்க்கிறேன். அந்த மாதிரிப் புஸ்தகங்கள் இருந்ததுன்னா உங்களுக்குத் தர்றேன்."

"எனக்கு அதெல்லாம் வேண்டாம்!" அவள் மீண்டும் சொன்னாள். அவளது விரல் நுனி போட்டோக் குழந்தையின் கொழுத்த கால்களைத் தொட்டு வருடியது. அதைக் கவனித்த அமைச்சருக்கு உடம்பு சிலிர்த்தது.

"எனக்கு இந்தப் போட்டோ வேணும்!" திரும்பத் திரும்பச் சொன்னாள். அவளது வார்த்தைகளில் ஓர் ஏக்கம் கலந்திருந்தது. அமைச்சர் எதுவுமே பேசவில்லை. அப்போதும் அவளது கண்களில் எதையோ தேடிக் கொண்டிருந்தார்.

அவமானத்தை ஏற்படுத்திய அந்நிகழ்ச்சியைப் பற்றி மறுநாள் காலையில் நாயர் தன் மனைவியிடம் பேசவில்லை. இரக்கமும் பரந்த மனப்பான்மையும் படைத்த அமைச்சர், அத்துமீறி நடந்து கொண்ட மனைவியை மன்னித்து விடுவாரென்ற முழு நம்பிக்கை அவனுக்கு இருந்தது. பிறகு எதற்காக அதைக் குறித்துப் பேசி அவளை அழ வைக்கவேண்டும்.

அவசரமாக வாசற்படியில் அவளைக் கட்டியணைத்து அலுவலகத்திற்குச் சென்றான். அந்த இளம்பெண் கதவைக் கூடத் தாழிடாமல் ஒரு துணிப் பொம்மையைப் போல மெத்தென்று சோஃபாவில் விழுந்தாள். காற்று வீசியபோது எண்ணெய் படிந்த அம்முகத்தில் அவளது இரண்டு முடிச்சுருள்கள் வந்து படர்ந்தன.

வாசலில் ஒரு கார் வந்து நின்ற பின்பும், கதவைத் திறந்து அமைச்சர் உள்ளே நுழைந்த பின்பும் கூட அவள் எழுந்து

நிற்கவில்லை. அவளது அகன்ற கண்களைப் பார்த்து அமைச்சர் சொன்னார்.

"நான் அந்தப் போட்டாவை எடுத்து வந்திருக்கேன்."

"ம்ம்"

அவர் பாக்கெட்டிலிருந்து போட்டோவை எடுத்து அவளது கையில் வைத்தார். அவளது மெல்லிய விரல்கள் போட்டோ குழந்தையைப் பாசமாக வருடின.

அவர் சோஃபாவின் அருகில் வெறும் தரையில் முழங்காலிட்டு அமர்ந்தார்.

"எனக்கு நேற்று அடையாளம் தெரியல" முணுமுணுத்தார். சற்று நேரம் அவரது நரைத்த தலைமுடியை விரல்களால் கோதினாள். பிறகு தனது காதுகளுக்குக் கூட அந்நியமான ஒரு குரலில் சொன்னாள்.

"இனி எழுந்திரு!"

(1967)

# சுயம்வரம்

தன்னை ஓர் அவந்தி அரசகுமாரி என்று நம்பிக்கொண்டிருந்த பைத்தியக்காரி அன்றும் வழக்கம் போல அந்தப் பூங்காவில் தனக்குரிய வேப்பமரத்தினடியில் செய்தித்தாளை விரித்து அமர்ந்தாள். அவளது மகனின் மனைவி அவளிடம் தந்திருந்த சோற்றுப்பொட்டலத்தையும் தண்ணீர் பாட்டிலையும் அருகிலிருந்த பூச்சட்டிக்குப் பின்னால் மறைத்து வைத்தாள். பிறகு, சுருக்கம் விழுந்த மெலிந்த கால்களை முன்னோக்கி நீட்டி, தோளில் விழுந்திருந்த நரைத்த கூந்தலை ஒவ்வொரு கற்றையாக எடுத்து கைவிரலால் கவனமாகச் சுருட்டத் தொடங்கினாள். அவ்வப்போது வானத்தைப் பார்த்து வலதுபக்க வாயைக் கோணி ஒரு தினுசாகச் சிரித்துக்கொண்டிருந்தாள்.

அழுக்கு உடையை அணிந்திருந்த மூன்று போக்கிரிகள் அவளருகில் சென்றார்கள். அவர்களின் ஒருத்தன் பைத்தியக்காரியை வணங்கிச் சொன்னான்:

"வணக்கம். அவந்தி அரசகுமாரி அவர்களே, நீங்கள் நலமென்று நம்புகிறேன்."

அவனுடைய கூட்டாளிகள் உரக்கச் சிரித்தார்கள்.

பைத்தியக்காரியும் சிரித்தாள்.

"நான் நலமாக இருக்கிறேன்" என்றாள். "ஆனால், இன்று என் கூந்தல் சுருள மறுக்கிறது. கூந்தல் சுருளவில்லை என்றால் நான் எப்படி மகுடம் தரிப்பேன்?"

"அது பெரிய பிரச்சினைதான்" என்றான் ஒருத்தன்.

"இன்றுதானே உங்கள் சுயம்வரம்? இன்று மகுடம் தரித்தே ஆக வேண்டும்."

"இன்றா எனது சுயம்வரம்?" அவள் கேட்டாள்.

"இதை உங்களிடம் யார் சொன்னது?"

"இந்தச் செய்தியை உலகமே தெரிந்து வைத்திருக்கிறது" என்றான் அவன். "அதற்காகவே நாங்கள் மூவரும் இந்தப் பட்டணத்திற்கு வந்து சேர்ந்திருக்கிறோம்."

"உங்களை நான் இதற்கு முன்பே பார்த்திருக்கிறேன்." கிழவி சொன்னாள். "இதோ இவர் வம்சநாட்டின் சக்கரவர்த்தி. அடுத்த நண்பர் கேரளப் பேரரசர். நாங்கள் உங்களை மணம் முடிக்க வந்திருக்கிறோம்."

கிழவி மகிழ்ச்சியடைந்தாள். அவளுடைய வாயின் இரண்டு முன்பக்க பற்கள் உதிர்ந்து போயிருந்தன. சிரித்தபோது அந்த பெரிய இடைவெளியினூடாக அவளது நுனிநாக்கு தெரிந்தது.

"உங்களை அறிமுகப்படுத்திக் கொள்வதில் மிகவும் மகிழ்ச்சி யடைகிறேன்" என்றாள் பிறகு நாணமடைவதைப் போல தலையைக் குனிந்துகொண்டாள். ஆனால், குனிந்த அம்முகத்தி லிருந்து அந்த வெற்றுச்சிரிப்பு மறையவில்லை.

"நாங்கள் ஒரு விஷயத்தைத் தெரியப்படுத்துவதற்காக இப்போது இங்கு வந்திருக்கிறோம்" வம்சநாட்டு சக்கரவர்த்தி கூறினான்.

"இன்று மாலைவேளையில் பூங்கா பூட்டப்பட்ட பிறகு நீங்கள் வீட்டுக்குத் திரும்பக்கூடாது. வெளியில் எங்களுக்காகக் காத்திருக்க வேண்டும். நாங்கள் மதிலைத் தாண்டி இந்த மரத்தடிக்கு வந்து சேர்வோம். இவ்விடத்தில்தான் நமது சுயம்வரம்."

கிழவி மகிழ்ச்சியுடன் கைதட்டினாள். அவள் தனது கூந்தலை முன்புறமாகப் போட்டு அந்தத் திரைவழியாகப் புன்னகையைத் தூவிக்கொண்டிருந்தாள்.

"பேஷ். அப்படியென்றால் இரவில் சந்திப்போம்" என்றான் வம்சநாட்டு சக்கரவர்த்தி. "வணக்கம் அவந்தி அரசகுமாரி."

அவர்கள் மூவரும் அவளை வணங்கி விடைபெற்றுச் செல்லத் தயாரானார்கள்.

"நான் உங்களை மிகவும் நேசிக்கிறேன்" என்றான் ஒருத்தன்.

"நான் உங்களைக் காதலிக்கிறேன்." அடுத்தவன் உரக்கச் சொன்னான்.

பைத்தியக்காரி வெட்கித் தலைகுனிந்தாள்.

"எங்களை ஏமாற்றிவிடாதே அழகியே" என்றான் வம்சநாட்டு சக்கரவர்த்தி.

"ஏமாற்றமாட்டேன்" கிழவி பதிலளித்தாள்.

இரவில் வெறிச்சோடிக்கிடந்த அந்தப் பூங்காவிற்குள் கிழவியுடன் அந்தப் போக்கிரிகளும் வந்து சேர்ந்தார்கள்.

"இவ அழுதாள்னா?" ஒருத்தன் கேட்டான். இவள் கதறிக் கூச்சல் போட்டுட்டாள்னா?"

"அப்படி எதுவும் நடக்காம நான் பாத்துக்கறேன்" என்றான் கேரளநாட்டுப் பேரரசன்.

"நாங்கள் உங்களை மிகவும் நேசிக்கிறோம்" காசிநாட்டு அரசன் சொன்னான்.

"எங்களைக் கொஞ்சமேனும் ஆறுதல்படுத்த வேண்டும் அரசகுமாரி."

"நான் என்ன செய்ய வேண்டும் அரசர்களே?" கிழவி தன்னுடைய நடுக்கம் நிறைந்த குரலில் சொன்னாள்.

ஒருத்தன் அவளுடைய சட்டையை மெதுவாகக் கழற்றினான். அவள் உள்ளாடை அணிந்திருக்கவில்லை. உலர்ந்து சுருங்கி, தொங்கிக்கொண்டிருந்த அவளது முலைகளைப் பார்த்து ஒருத்தன் வாய்விட்டுச் சிரித்தான்.

"எனக்கு வலிக்குது."

"இல்லை அழகியே, நாங்கள் உனது கணவன்மார்கள்" என்றான் காசிநாட்டு அரசன்.

"அய்யோ நீங்க என்னை வேதனைப்படுத்துறீங்க!" பைத்தியக் காரி அழுதபடி உரக்கக் கத்தினாள். "அய்யோ, என்னால வலி தாங்க முடியல. என்னைக் கடிச்சுக் கொன்னுடாதீங்க."

"அவள் அவர்களின் பிடியிலிருந்து திமிறித் தப்பிக்க முயன்று கொண்டிருந்தாள்.

"சத்தம் போடாதே." ஒருத்தன் சொன்னான். "சத்தம் போட்டா கொன்னுடுவோம்."

"நான் அவந்தி அரசகுமாரி இல்லே." கிழவி வாய்விட்டு அழுது சொன்னாள்: "என்னை யாரும் கல்யாணம் பண்ண வேண்டாம்."

"பேசாதே நாயே!" ஒருத்தன் மூச்சிரைக்கக் கார்ஜித்தான். அடுத்தவன் அந்தப் பைத்தியக்காரியின் மூக்கையும் வாயையும் கையால் அமுக்கிப்பிடித்தான். அவளது சுவாசத்தைத் தடுத்து நிறுத்தினான்.

"செத்துட்டாளா?" ஒருத்தன் கேட்டான். கிழவியின் கால்களில் அசைவு நின்றிருந்தது.

"செத்துட்டாளா?" அவன் மறுபடியும் கேட்டான்.

"ஆமாம்" காசிநாட்டு அரசன் முணுமுணுத்தான்.

(1968)

# டார்ஜிலிங்

திடீரென மாரடைப்பால் பாதிக்கப்பட்டு தரையில் விழுந்த அவளை அண்டை வீட்டார் பிடித்துத் தூக்கியபோது அவள் வேகவைத்த ஒரு மீனைப் போல வியர்த்து, வாயைத் திறந்தவாறு காணப்பட்டாள். கண்களில் வியப்பு மட்டும் நிரம்பி யிருந்தது. அவற்றில் ஈரமில்லை. அண்டை வீட்டாரை அழைத்து வந்த கடைக்குட்டிப் பையன் வண்ணப் பென்சில் கறைபடிந்த தனது குண்டு விரல்களால் அவளது நெற்றியை வருடிக்கொண்டே, 'அம்மா! அம்மா! கொஞ்சம் தேவலியா?' என்று அவள் காதில் முணுமுணுத்துக்கொண்டிருந்தான். குடும்ப மருத்துவருக்குச் சேதி சொல்ல ஒருவன் ஓடினான். சில பெண்கள் அவளது புடவை விளிம்பைக் கீழே இறக்கி முழங்கால்களை அவசரமாக மறைத்தார்கள். வெளிர் பிறை நிலவைப் போன்றிருந்த மார்பின் கீழ்ப்பகுதி ரவிக்கையினடியில் தெரிந்தது. ஆனால் அவளது மார்பில் கை வைத்துப் பார்க்க யாருக்கும் தைரியமில்லை. அது மாரடைப்பு என்று எல்லோருக்கும் உறுதியாகிவிட்டது.

டாக்டர் முதலுதவி செய்த பிறகு அவளது கணவனின் அலுவலகத்திற்கு போன் செய்தார். அவளை உடனே மருத்துவமனைக்குக் கொண்டு போவதாகத் தெரிவித்தார். அவளது கணவன் தெளிவற்ற குரலில் போனில் உளறினான். 'சரி டாக்டர், உங்களுக்கு நான் கடமைப்பட்டிருக்கிறேன். நான் பத்து நிமிடத்தில் மருத்துவமனைக்கு வந்து விடுகிறேன். நன்றி, நன்றி, நன்றி.'

நடுத்தர வயதை சாக்காகக் காட்டி அவன் அவளுக்குப் பிறந்தநாள் பரிசாக ஒரு சிவப்புப் புடவை வாங்கித் தராதது அந்நிமிடத்தில் அவன் நினைவுக்கு வந்தது. 'நாம் இளவயதினர் அல்ல' அன்று அவன் மனைவியிடம் சொன்னான். 'நமது பிரதம மந்திரிகூட சொல்லி இருக்கிறாரே?' நடுத்தரவயதினருக்கு பிறந்தநாள் கொண்டாட்டங்கள் கூடாது என்று... தாமதித்து விட்டேன். அவனது மனசாட்சி அழுதது. தனது மேலதிகாரியின் அறைக்கு ஓடினான். அங்கு யாருமில்லை. ஒரு கடிதம் எழுதி வைத்துவிட்டு, அவசரமாகக் கோட்டை மாட்டியபடி வெளியே விரைந்தான்.

ஆம்புலன்ஸ் வண்டியில் அசைவற்றுக் கிடந்தாள். கால்மாட்டில் அமர்ந்திருந்த நான்கு வயதுக் குழந்தைக்கு வேகமான அந்தப் பிரயாணம் மிகவும் பிடித்திருந்தது. தங்களுடைய பெரிய வாகனத்திற்கு வழிவிட சிறுவாகனங்கள் அவசரமாக ஒதுங்குவதைப் பார்த்து அமர்ந்திருந்தான். கடிதத்தைக் கையில் இறுகப் பிடித்தவாறு தனது நிதி நிலைமையைப் பற்றி கலங்கிக்கொண்டிருந்தார் அவனது தந்தை. வங்கிக் கணக்கில் இருநூறு ரூபாய் மட்டுமே உள்ளது. இன்று ஆகஸ்ட் மாதம் இருபத்த எட்டாம் தேதி. அவள் மரணமடைந்துவிட்டால் குறைந்த செலவிலான மின்சாரத் தகனத்தை மட்டுமே தன்னால் அவளுக்குச் செய்ய முடியும். அவனுக்குப் பணம் தரக்கூடிய ஒரு நண்பன் அமெரிக்காவிற்குச் சுற்றுப்பயணம் சென்றிருக்கிறான். அவள் நோயிலிருந்து குணமாகிவிட்டால் மருத்துவமனையினர் தன்னைக் கடனாளியாக்கிவிடுவார்கள். அவளது வைரக் கம்மலை விற்க முடியும். ஆனால் குழந்தையைப் பேணிக் காப்பது யார்? வண்டி சடக்கென்று ஒரு குலுங்கலுடன் அகலம் குறைந்த சாலைக்குத் திரும்பியது. சாலை யோரத்தில் கள்ளக்கடத்தல்காரர்கள் கொண்டுவந்து கொடுக்கும் வெளிநாட்டு வாசனைத் தைலங்களை நாற்காலிகள் மீது அடுக்கி வைத்துக்கொண்டிருந்தனர். அவள் உதட்டை அசைத்தாள். அவள் பிரார்த்தனை செய்வதாக அவனுக்குத் தோன்றிற்று. 'சிவப்புப் பட்டுப் புடவை' உரக்கச் சொன்னது அவனது மனசாட்சி. அவளது தங்க நிற சருமத்திற்கு அழகு சேர்க்கும் அந்தச் சிவப்புப் பட்டு. அவள் அதை உடுத்திக்கொண்டு தன்னுடன் சண்முகானந்தா ஹாலுக்கு பாலமுரளியின் சங்கீதம் கேட்க வந்திருப்பாள். உணவுக் குறைபாட்டால் இளைத்து, வெளிறிப் போயிருந்தபோதிலும் அவள் பார்வைக்குக் குடும்பப் பாங்குடன் திகழ்வாள். அடர் நிறங்கள் உடுத்துக் கூந்தலில் முல்லைப் பூக்களைச் சூடி சண்முகானந்தாவில் போய் அமரும்

வேளைகளில் அங்கிருந்த ஆண்கள் ஏக்கத்துடன் அவளைப் பார்த்துக்கொண்டிருப்பார்கள்...

வண்டி மருத்துவமனையின் எதிரில் நின்றது. ஒரு தள்ளு வண்டியுடன் இரண்டு மருத்துவமனை ஊழியர்கள் அவளை எடுக்க எதிரில் விரைந்து வந்தனர். அவர்கள் எமகிங்கரர்களைப் போல அவனுக்குத் தெரிந்தார்கள். எவ்வளவு கருப்பு? எவ்வளவு ஆபாசம்? அவன் சொன்னான்: ஒரு நிமிடம் இருங்கள். நான் அவளை மருத்துவ மனையில் அட்மிட் செய்துவிட்டு வருகிறேன். பெரிய புன்னகையை அவர்களிருவரும் அவனுக்குப் பரிசளித்தார்கள். கட்டில் ஐ.சி.யூ.வில் தயாராக உள்ளது என்றார்கள். டாக்டர் ஐயா போன் பண்ணியிருந்தார். நீங்கள் ரெஜிஸ்ட்ரேஷன் கவுன்ட்டருக்குப் போய் கையெழுத்துப் போட்டால் போதும். நாங்கள் உடனே அம்மாவை மேலே எடுத்துப் போகிறோம். அங்கு அவருக்காகப் பெரிய டாக்டர் ஐயா காத்திருக்கிறார்.

அவர்கள் அவன் மனைவியைத் தள்ளுவண்டியில் தள்ளிச் சென்று லிஃப்டில் ஏற்றினார்கள். சக்கரங்களில் ஓசை சிரிப்புகளாக அவனுக்குக் கேட்டது. குழந்தை தந்தையின் முழங்காலை இறுக்கிப் பிடித்தான். என்னைத் தூக்கு அப்பா, அவன் அடம் பிடித்தான் எனக்குத் தூக்கம் வருகிறது.

அவனது கண்ணீர் வழியும் கன்னங்களைக் கண்ட தந்தை கேட்டார். நீ எத்தனை தைரியமாக நடந்துகொண்டாய், நீ எத்தனை மன உறுதியைக் காட்டினாய்? இருந்தும் இப்போது நீ அழுகிறாய். உன் அம்மா இரண்டு நாட்களில் குணமாகி வீட்டிற்குத் திரும்பி வருவாள். அப்புறம் நானும், நீயும், அம்மாவும் சேர்ந்து ஓர் உல்லாசப் பயணம் போகலாம். லோனாவாலாவிற்கு அல்லது டார்ஜிலிங்கிற்கு. ஏனெனில் உன் அம்மாவுக்குப் பனியைப் பார்க்க ரொம்ப நாளாக ஆசை...

இதய நோயாளிகள் வார்டில், உறங்கிப்போன குழந்தையைத் தோளில் கிடத்தியபோது தனது மனைவி ஒரு மூலையில் மயங்கிக் கிடப்பதைக் கண்டான். வெள்ளைத் துணிகளால் பல அறைகளாகத் தடுக்கப்பட்ட அந்தத் தளம் பாலைவனத்தில் ஒரு பசுஞ்சோலையைப் போன்றிருந்தது. களைப்புற்ற யாத்ரீகர்கள் இளைப்பாறிக்கொண்டிருந்தனர்.

அவர்களுடைய இதயத் துடிப்பை அங்கிருந்த இயந்திரங்கள் ஒலித்துக் காட்டின. அவை ஆபத்தைப் பறை சாற்றுவதைப் போல அதிர்ந்தன. தலைமை டாக்டர் அவனை நெருங்கிக் குரலைத்

தாழ்த்திச் சொன்னார். பயப்பட வேண்டாம். அவர் தூங்குகிறார். மாரடைப்பு தான் ஏற்பட்டுள்ளது. இன்ஃப்பார்கேஷன் இருக்கிறது. ஆனால் இரண்டு வாரத்தில் சரியாகிவிடுமென பூரணமாக நம்புகிறேன். இந்த வயதில் இது அபூர்வம். வயது முப்பத்தி ஐந்துக்கு மேல் ஆகியிருக்காதே, முப்பத்தி ஒன்பதா? நான் நம்பவில்லை. இவருக்கு மன உளைச்சல். சமீப காலத்தில் ஏதேனும் மனஅழுத்தம் ஏற்பட்டதா?

கணவன் கூறினான் இல்லை டாக்டர், எல்லா மனக்கவலை களையும் நான்தான் அனுபவிக்கிறேன். அவளுக்கு யோசிக்கவும் கவலைப்படவும் எந்தச் சூழ்நிலையையும் இதுவரை உருவாக்கிய தில்லை.

ஹாஹா... டாக்டர் சிரித்தார். உங்கள் கவலைகளை இன்று முதல் என்னிடம் ஒப்படைத்துவிடுங்கள் மிஸ்டர் ராகவன். வீட்டிற்குப் போய் நிம்மதியாய்த் தூங்குங்கள்.

இரவில், குழந்தைக்குச் சோறும் அம்மா செய்து வைத்திருந்த லட்டையும், தின்னக் கொடுத்து அவனது கேள்விகளுக்கெல்லாம் பயம் தீண்டாத பதில்களைச் சொல்லித் தூங்க வைத்தான். குழந்தை தூங்கிவிட்டதை உறுதி செய்தபிறகு உணவு மேசைக்கருகில் வைத்திருந்த கடிதங்களை எழுத ஆரம்பித்தான். ஒன்று மனைவியின் அப்பாவிற்கு. இரண்டாவது விடுதியில் தங்கிப் படிக்கும் மூத்த குழந்தைக்கு. மூன்றாவது தன் பணத்தை மாதத் தொடக்கத்தில் செலுத்தும் வங்கிக்கு.

மாரடைப்பு காரணமாக என் மனைவியை மருத்துவமனை யில் அனுமதித்துள்ளேன். எனவே ரூபாய் ஐந்நூறுக்கான ஓவர் ட்ராஃப்டைத் தயவு செய்து வழங்குமாறு வேண்டுகிறேன்... அவ்வாசகத்தின் கச்சிதத் தன்மை அவனுக்குப் பிடித்திருந்தது. அலுவலகத்தில் அவன் எழுதும் வரைவுகளைப் பற்றிப் பலரும் பொறாமைப்படுவதுண்டு. போன வாரம்கூட தனது அறைக்குக் கூப்பிட்டு மேலதிகாரி சொன்னார். பல வருடங்களுக்கு முன்பு ஸ்ரீமான் ஈஸ்வரய்யாவிற்குக் கீழ் பணியாற்றும் அரிய வாய்ப்பு எனக்குக் கிட்டியது. ராகவன், கடவுள் மீது ஆணையிட்டுச் சொல்கிறேன். ஆங்கில உரைநடையை ஈஸ்வரய்யாவைப் போலக் கையாள இந்தியாவில் அக்காலத்தில் யாருமில்லை. நேற்று நீங்கள் சமர்ப்பித்த ரிப்போர்ட்டை ஆர்வத்துடன் படித்தேன். எனக்கு ஆச்சரியமாக இருந்தது. ஈஸ்வரய்யா ஐ.சி.எஸ்க்குப் பிறகு ஆங்கிலத்தில் இவ்வளவு நன்றாக எழுதக்கூடியவர் நீங்கள் மட்டும்தான் ராகவன்...

அப்பா நாம் என்றைக்கு டார்ஜிலிங் போகப் போகிறோம்? கடைக்குட்டி படுக்கையைவிட்டு எழுந்து சத்தமாகக் கேட்டான். 'நீ தூங்கிவிட்டாய் என்று நினைத்தேன்', என்றான். குழந்தையைத் தனது மார்புடன் சேர்த்தணைத்துப் படுக்கையில் சாய்ந்தான். குழந்தையின் வாயில் நெய்யின் மணம் இருந்தது. ஒரு சிறு பனிமூட்டத்தைப் போலத் துயில் அவனது கண்களில் தவழ்ந்தது. அவன் தன் தந்தையை இறுக அணைத்து உச்சரித்தான். நாம் டார்ஜிலிங் போகலாம், அம்மாவுக்கு வெண்பனியைப் பார்க்கக் கொள்ளை ஆசை!

(1970)

# வெளியேற்றம்

பெரிய நகரத்தில் வாழ்ந்த வாழ்க்கை போதுமென்று கேரளாவில் குடியேற, சென்ற வருடம் தான் முடிவெடுத்தேன். என் சிற்பப் படைப்புகளின் புகழ் ஓங்கிய வேளையில் ஏனோ என் கைகளின் படைப்பூக்கம் வற்றிவிட்டதாக அடிக்கடி ஒரு நினைப்பு. அனைத்திற்கும் அனுபவ வறட்சியே காரணமாக இருக்குமெனச் சந்தேகப்பட்டேன். இறுதியில் என் சிலைகளெல்லாம் ஒரே மாதிரி ஆயின. கலை, வாழ்வைப் பிரதியெடுக்கும். இதில் எனக்கு எந்த ஆட்சேபணையுமில்லை. ஆனால் கலையே முடிவுறாத சுயபிரதியெடுப்பாகிவிட்டால்?

நகரத்தில் எனக்கு மாடலாக நிற்க வந்த அத்தனை பேரும் ஒரு நகரவாசியின் ஆன்மீக வறுமையை வெளிக்காட்டினர். அவர்களின் முகங்கள் வெளிறியிருந்தன. சாலைப் புழுதி படிந்து நிறம் மங்கிய தலைமுடி. நனைந்த பஞ்சைப் போல தொய்ந்த சதைகள். ஒவ்வொருவரின் வயிற்றிலும் கட்டிகளையும் அறுவைச் சிகிச்சையின் தழும்பு களையும், நீல நரம்புகளையும் அதிர்ச்சியுடன் பார்த்தேன். அவர்கள் ஓய்வு வேளையில் கருத்த உதடுகளில் சிகரெட்டைச் சொருகிக்கொள்வார்கள். மிட்டாய் டின்களில் எடுத்து வந்த பூரியையும், உருளைக் கிழங்கையும் அள்ளித் தின்று, என் குளியலறைக்குள் புகுந்து பேரிரைச்சலோடு மல ஜலம் கழித்தனர். அவர்கள் செய்கையின் துரித கதி எனக்குச் சலிப்பூட்டியது. பஸ்ஸிலும் மின்சார ரயிலிலும் பொழுதைக் கழிக்கும் மனிதர்களின்

பொறுமையின்மையை அவர்கள் எல்லாத் தருணங்களிலும் வெளிப்படுத்தினர்.

நேரத்தை மந்த கதியில் இயக்கவே என்றென்றும் விரும்பினேன். மண்ணுக்கடியில் இளைப்பாறும் விதையின் பொறுமையை எனக்குள் வளர்த்தேன். ஒரு செடி தழைத்து வளர்ந்து மரமாவதைப் போல மிக மெதுவாக என் சிற்பங்கள் உருமாறின. கூரை வேயாத வராந்தாக்களில் அமர்ந்து பணியாற்றுவேன். வெயிலும் மழையும் காற்றும் பட்டு எனது சிலைகள் நான் உத்தேசிக்காத சில மாற்றங்களைப் பெற்றன. இயற்கை தொட்டணைத்து மெருகூட்டியதாலோ என்னவோ அவற்றிற்கு நிஜமாகவே உயிர் இருப்பதாக பலர் சொன்னார்கள். மாடலுக்கு அவசியமான தேஜஸை சிலையே பெற்றுத் தந்தது. சிலைகள் விற்றுப் பணம் சம்பாதித்தேன். நிர்வாண மேனிகளைப் பார்த்துப் பணியாற்று பவள் நான். கலை ரசனையற்றவர்கள் என்னைக் குறித்து அவதூறுகளைப் பரப்பினார்கள். அப்படி அவதூறுகளைத் தூற்றுகிறவர்கள் வழவழப்பான ஒரு திரவத்தை வாயில் போட்டு வழியப் பண்ணி அலைந்து திரியும்நோயாளிகளைப் போன்றவர்கள் என்றார் ஒருமுறை என் கணவர். அது ஓர் அசுத்தமான நோய் மட்டுமே என்பதை எனக்கு விளக்கினார். பிற்பாடு அத்தகையோரின் பேச்சைக் கேட்டு நான் அழவில்லை.

நாற்பத்தி மூன்றாம் வயதில் என் கணவருக்கு ரத்த அழுத்தம் அதிகரித்தது. மூன்று மாதம்வரை படுக்கையைவிட்டு எழுந்து நடமாட முடியவில்லை. அவரது வலது கையும், காலும் சிறிதும் செயற்படாமல் போயின. சிலகாலம் பேசும் சக்தியை இழந்துவிட்டார். அன்று முதல் நானொரு தொழில் முறைச் சிற்பியானேன். குடும்பத்தை நிர்வகிக்கும் பொறுப்பை நான் ஏற்றேன். சிறுகச் சிறுக அவரால் பேசவும், மெதுவாக ஒரு கைத்தடியின் உதவியுடன் வீட்டிற்குள் எழுந்து நடக்கவும் முடிந்தது. ஆனால் அதற்குள்ளாக அவர் பணிநீக்கம் செய்யப்பட்ட ார. அயராது கல்லை வடித்துக்கொண்டிருக்கும் என்னருகில் வந்து ஊன்றுகோலில் தன் பாரத்தைத் தாங்கி நின்று மிகத் தணிந்த குரலில் பல தடவை சொல்லியிருக்கிறார் "பாவம். நீ இவ்வளவு துரதிர்ஷ்டசாலி ஆயிட்டியே. வாதம் பதிச்சு நொடிச்ச ஒரு மனுஷனோட மனைவியா நீ வாழ வேண்டியதாகிப் போச்சே."

அவரது அனுதாப வார்த்தைகளுக்கு நான் தகுதியானவள் அல்ல. சோற்றுக்கு அண்டி வாழ்வதற்கு முன்னர் காமம் முதிர்ந்த அவரது விளையாட்டுப் பாவையாக இருந்தேன். உடம்பு என்ற பலியைக் கொடுத்து மாத்திரமே அவரைத் திருப்திப் படுத்தினேன். அவருக்குப் பதிலாக நான் பக்கவாதம் பாதித்து முழுமையாக

நொடித்திருப்பின் அவர் ஒரு வருடத்திற்கு மேல் என்னைத் தன்னுடன் வைத்திருக்கமாட்டார். படுக்கை சம்பந்தமான கடமைகளை நிறைவேற்றாத மனைவியை அவர் உணவும், உடையும் தந்து உடன் வைத்திருக்கக் கூடியவரல்ல. காமத் திருப்திக்காக அவர் அவ்வப்போது விதிக்கும் முன் நிபந்தனைகள் என்னை அச்சுறுத்திக் கொண்டிருந்தன. எனவே தான் எனக்குத் துரோகம் இழைக்க முடியாது என்ற திட நம்பிக்கை என் ஆரோக்கியத்தை மேம்படுத்தியது.

"நீ இப்ப கொஞ்ச நாளா கண்ணாடிப் பார்க்கறதில்லையா?" ஒரு தடவை அவர் கேட்டார்.

"நேரம் கெடைக்கறதில்ல, வேலை செய்யற பொண்ணுக்குக் கண்ணாடி பார்த்து ரசிக்க நேரம் ஏது?" என்றேன்.

"கண்ணாடியைப் பாரு, உன்னோட அழகு சமீபத்துல எவ்வளவு கூடியிருக்குன்னு உனக்கே தெரியும். அழகூட்டுற தைலங்களும், சாயங்களும், தேய்க்காமலேயே நீ ஜொலிக்கறே."

சோம்பலான சுக வாழ்க்கை அனுபவித்த நாட்களில் அவர் என் அழகைப் பற்றி மெச்சிப் பேசியிருப்பின் அளவில்லா ஆனந்தம் அடைந்திருப்பேன். ஒரு விளையாட்டு பொம்மைக்கு அத்தகு புகழ்ச்சி அவசியம்தான். தனது சோற்றுக் கடனை முற்றாக மறப்பதற்கு அதுபோன்ற வார்த்தைகள் உதவக் கூடும். ஆனால் தனது கணவனையும் உற்றார் உறவினர்களையும் பொறுப்புணர்வுடன் கட்டிக் காக்கும் ஒருத்திக்கு அவ்வகைப் புகழ்ச்சிகள் அவசியப்படாது என்பதை மெல்ல உணர்ந்தேன். என் அழகை ரசிக்கும் அவருக்கு சுகத்தை வழங்க வேண்டாம். அந்த உரிமை இனி மிச்சமில்லை. செருக்குடன் நினைத்துப் பார்த்தேன். நான் கட்டுப்பாடற்றவள். அடிமையில்லை. மரபு சார்ந்த கடமைகளிலிருந்து விடுதலையாகிவிட்டேன். அவரைக் கேரளாவிற்கு அழைத்து வந்து ஆயுர்வேத சிகிச்சை அளிக்கக் கோரி உறவினர்களும் நண்பர்களும் எனக்கு ஆலோசனை கூறினார்கள். இந்த ஆலோசனையே எங்கள் இடமாற்றத்திற்கான காரணங்களில் ஒன்று. நகர எல்லைக்கு அப்புறம் கடற்கரையில் அமைந்திருந்த நாற்புற அறைகளையும் நடுவில் பெரிய முற்றத்தையும் கொண்ட அந்தப் பழைய கேரள பாணி நாலு கட்டு வீட்டை ஒரு தரகர் காட்டினான். பழைய வீடு என்பதால் வாடகை குறைச்சலாக இருக்கும் என்றான். மதில்கள் மீதும், கூரை ஓடுகளிலும் பச்சைப்பாசி படர்ந்திருந்தது. கேட்டிற்கும் மதிலுக்கும் அப்பால் முட்செடிகள் மண்டிய பொட்டல் நிலம், இவற்றிற்கப்பால் நீலக்கடல் தென்படும். தண்ணீரில் சூரிய வெளிச்சம் ஏற்படுத்திய தகதகப்பு கடல் மீதுள்ள வானத்திற்கும்

ஒரு பிரத்தியேக வெண்மையை அளித்தது. கடலையும் மேகப் பொதிகளையும் ஆகாயத்தையும் பார்த்த கணமே தரகரிடம் சொன்னேன்.

“இனி வேற வீட்டை நான் பார்க்கறதில்லை.” வீட்டுக் கதவைத் திறந்ததும் எலி, வௌவால் இவைகளின் புழுக்கை நாற்றமடிக்கும் இருட்டிற்குள் பிரவேசித்தேன். ஜன்னல்களையும், கதவுகளையும் தள்ளித் திறந்து கொண்டிருந்த தரகர் கூறினான். “அக்கம் பக்கத்துல இருக்கும் கழிசடைங்க ஒவ்வொன்னா புளுகுவாங்க. இந்த வீட்டுல ஒருத்தனை சில ஆளுங்க சேர்ந்து அடிச்சுக் கொன்னுட்டதாகக் கூட சொல்லுவாங்க. அதெல்லாம் வாடகைக்கு யாரும் வரக்கூடாதுன்னு சொல்லுற கட்டுக்கதைகள்.”

ஜன்னல்களின் அகலம் குறுகிக் காணப்பட்டது. நடுத்தளத்தில் கருங்கல் பாவிய முற்றம் இருந்தது. தெற்கிலிருந்து வடக்காகவும் கிழக்கிலிருந்து மேற்காகவும் காற்று உலாவும் விதம் தகுந்த இடைவெளிகளுடன் அந்த நாலுகட்டுவீடு கட்டப்பட்டிருந்தது.

நடு முற்றத்தின் ஓரத்தில் என் சிலைகளை அடுக்கி வைக்கத் தீர்மானித்தேன். அவ்விடத்தில் அமர்ந்து சிலை வடிக்கும்போது காற்றையும் வெயிலையும் பெறுவேன்.

“எனக்குப் பொருத்தமான வீடு” என்றேன் தரகரிடம், குளியலறைகளைப் பார்க்க வேணாமா? என் கணவர் கேட்டார். தலையாட்டினேன்.

“இனி எதையுமே பார்க்க வேணாம்.”

முடிவில் அவ்வீடு எனதானது. என்னைக் கனவு கண்டு ஆண்டாண்டு காலமாகக் காத்து நின்ற வீடு. அந்தக் கனவுதானோ இத்தனை காலம் அவ்வீட்டை நிலைநிறுத்தியது? இல்லாவிடில் எத்தனையோ ஆண்டுகளுக்கு முன்பே அதன் மேற்கூரையும், உத்திரங்களும் மழைக் காற்றில் கீழே சரிந்திருக்கும்.

நெடுங்காலமாக இது போன்றதொரு வீட்டை என் கனவுகளில் தரிசித்து வந்தேன். அதன் துருப் பிடித்த கேட், முட்செடிகள் மண்டிக் கிடக்கும் பொட்டல் நிலம், அதற்கு அப்பால் வந்து மோதும் அலைகள், வாசல், ஜன்னல்கள், நடு முற்றம், மெருகேற்றப்பட்ட கறுப்புத்தரை, பாசிபடர்ந்த கூரை ஓடுகள் முதலியவற்றைப் பலதடவை பார்த்துவிட்டேன்.

என் கணவரைக் குளிப்பாட்டவும், அவர் உடம்பை எண்ணெய் தேய்த்து நீவி விடவும் ஒரு முதியவரை ஏற்பாடு செய்தேன். சமையலுக்கும் பிற வேலைகளுக்கும் ஒரு மூதாட்டி இருந்தாள். ஆரம்ப மாதங்கள் மகிழ்ச்சியில் கழிந்தன.

எனக்கு மாடலாக நிற்க ஒரு கிராமியப் பெண்ணும் வந்து சேர்ந்தாள். பதினேழு வயதைத் தாண்டாத ஸ்ரீதேவி. ஆரம்ப நாட்களில் அவள் மிகையான வெட்கத்தையும் கூச்சத்தையும் காட்டினாள். பிறகு தனது நிர்வாணத்தைப் பெருமையுடன் காட்டினாள். அவளை நிறுத்தி, அமரச் செய்து, படுக்க வைத்து சிலை வடித்தேன். மதியத்திற்குள் அந்தப் பெண் களைப்படைந்து தரையில் சாய்ந்துவிடுவாள். ஆனால் எனது சிலைகள் அவளது ஜீவ ரத்தத்தை உறிஞ்சிக்குடித்தாற் போல மெருகு பெற்று உருமாறின. அவள் உயிரற்ற பொம்மையாய்த் தரையில் விழும் போது அவளது நகல்களான சிலைகள் புத்துயிர்ப்பைப் பெற்று பரிமளிப்பதை மலைப்புடன் பார்த்தேன். வெயில் படுவதால் அவற்றிற்கு மனிதச் சரீரத்தின் வெப்பமிருந்தது. நடுநிசி வரை அந்த உஷ்ணம் கல்லிலும் மரத்திலும் தங்கி நின்றது.

ஒருநாள் என் கணவர் அப்பெண்ணைச் சுட்டிக் காட்டிச் சொன்னார்.

“நிறுத்து, இந்தச் சிலை செய்யறத. இந்தப் பொண்ணு இளைச்சுப் போய் சாகப்போறா.” அவரது முகத்தில் கோபம் மட்டும் நிழலாடியது. என்மீது அவருக்கு ஏற்பட்ட ஆத்திரத்தைக் கண்டு. திகைத்து நின்றேன். ஒருபோதும் என் ஸ்டுடியோவில் நுழையாதவர் துணிச்சலாக உத்தரவிடுகிறார். சிலை வடிப்பதை நிறுத்தும்படி? இளம்பெண் கறுத்த தரையில் சாய்ந்து படுத்துக் கிடந்தாள். அவளது கண்ணிமைகள் மூடியிருந்தன.

“அவளுக்கு எதுவுமே நடக்கல” என்றேன். “நடக்கல தான் ஆனால் இது நீடிச்சா அவ செத்துடுவா. ரத்தம் உறிஞ்சிக் குடிக்கிற ஒரு பிசாசு நீ. உன் சிலைகள் மாடல்களோட உயிரை அபகரிச்சிடும்.”

திரும்பவும் அந்த இளம் பெண்ணின் முகத்தைப் பார்த்தேன். வெளிறிய அழகான முகம். ஆம்பல் பூவை ஒத்த கன்னங்கள். நீண்ட இமைகளைக் கொண்ட விழிகள்.

“இவளொரு அழகின்னு உங்களுக்குத் தோணுதா?” என்றேன் கணவரிடம்.

“என் அபிப்பிராயத்தை யாரும் பொருட்படுத்தறதில்லையே” அவர் முணுமுணுத்தார்.

ஸ்ரீதேவி, ஒரு துளி சதையைக் கூடச் சுரண்டியெடுக்க முடியாத அந்த ஒடிசலான உடலின் நளினத்தை அவரது கண்களின் வழியாக ரசிக்கக் கற்றுக்கொண்டேன். பட்டையுரித்த ஒரு பலாக்குச்சியைப் போல மெலிந்த அந்த மேனியின் சின்னச்

சின்ன புடைப்புகளையும், சுழிவுகளையும்கூட கல்லிற்கு இடப்பெயர்ச்சி செய்தேன். சிலை முழுமை பெறுவதற்குள் ஸ்ரீதேவி களைப்புற்று தரையில் விழப்போனாள். அது ஒரு காட்டுமிருகத்தின் சோம்பலை ஒத்திருந்தது. ஆறு சிலைகளைச் செதுக்கி முடிப்பதற்குள் ஆறு முறை பிரசவித்த ஒரு பெண்ணின் கடும் சோர்வை அவள் புலப்படுத்துவாள். ஒரு சமயம் பாதி மூடிய விழிகளுமாய் அவள் மன்றாடினாள்.

"அம்மா என்னைப் போகவிடுங்க. எனக்குக் கொஞ்சமும் முடியல" அவளுக்குச் சூடான பாலைப் பருகக் கொடுத்தேன். நறுமணம் கமழும் தைலத்தை அவளது உடலெங்கும் தேய்த்தேன்.

ஒரு சிற்பி தன் மாடலை எவ்வாறு நேசிப்பாளோ அவ்விதமே நான் ஸ்ரீதேவியை நேசித்தேன். ஆனால் எனக்குக் கிட்டும் பலன் தீர்ந்து போனால் அந்நேசம் திடுமென முறிந்து விடும் என்றார் என் கணவர். நான் எதுவும் பேசவில்லை. பதிலளிக்கும் தைரியம் இல்லை எனக்கு. என் உணர்வு வறட்சியை வெளிக்காட்ட மனம் ஒப்பவில்லை. கணவருக்கு உண்ண உணவும், உடுக்க உடையும் முறையாக வழங்கும் என்னிடம் அவருக்கிருந்த கரிசனத்திற்குப் பங்கம் நேருமோ என்று நான் பயந்தேன். அண்டிப் பிழைக்கும் அவரை மனதால் நிந்தித்தும், அதே நேரத்தில் அது நீடிக்க வேண்டுமென்றும் ஆசைப்பட்டேன். ஒரு மூட்டைப் பூச்சியைப் போல என் ரத்தம் உறிஞ்சிய அவரது கடந்த வாழ்க்கையைக் குறித்து எந்தக் குற்ற உணர்வும் அவருக்கில்லை. சொகுசு வாழக்கையின் பொருட்டே அவர் என்னை அவசியமானவளாகக் கருதுகிறார் என்பதையும் நானறிவேன். வேலை பார்த்த நாட்களில் என்னைக் காதலிப்பதாக பாவனை கூட காட்டவில்லை அவர்.

அந்தச் சபிக்கப்பட்ட இரவில் எப்படி விழித்தெழுந்தேன். எந்த ஓசையும் கேட்காமல் ஜன்னலில் மழைச் சாரல் விழுந்து தெறிக்காமல் எப்படி விழித்தெழுந்தேன். வழக்கத்திற்கு மாறான அமைதி அங்கு வியாபித்திருப்பதை உணர்ந்தேன். ஒருவரை உறக்கத்திலிருந்து தட்டியெழுப்ப அமைதியால் இயலுமா? என் கணவரைத் தேடி ஒவ்வொரு அறையாக டார்ச்லைட்டுடன் போய் வந்தேன். கடைசியில் சமையற்கட்டிற்கு வெளியே இருந்த வராந்தாவில் நிலா வெளிச்சத்தில் பார்த்தேன். ஒரே ஒரு நிமிடம்தான், பிறகு அந்த வராந்தாவை விட்டு ஓடி வெளியே வந்தேன், நரக வேதனையை அனுபவிக்கும் உயிர்களின் முகபாவத்தையும், கோணும் சதைகளையும், ஓடி முடிந்ததும் பந்தயக் குதிரைகள் வெளிப்படுத்தும் விநோதமான விறைப்பையும் முறைகெட்ட உடலுறவின் போது அவ்விருவரும்

புலப்படுத்தினர். பழமையான பலிச்சடங்கிற்குத் தற்செயலாய் சாட்சியாகி விட்டதாக அக்கணத்தில் தோன்றிற்று எனக்கு. பின்னர் அவ்வீட்டில் அரைமணி நேரம்கூட தங்கவில்லை. அங்கு ஓர் அந்நியளாகி விட்டேனோ?

எப்போதும் கடலோரமாக நடக்க விரும்பும் நான் அதன் கொந்தளிக்கும் அலைகளில் அகப்பட்டு இறந்து போயிருக்கக் கூடுமெனக் கருதியிருப்பார். வரும் மாத வீட்டு வாடகை செலுத்தக்கூட வக்கற்ற அம்மனிதன் தன் இழிநிலைக்குக் காரணமாக இருந்த இளம் பெண்ணை வெறுக்க ஆரம்பிப்பார். அவள் அழகு திடுமென விகாரமடையும்.

கீழ் வானம் வெளிச்சத்தைக் கீறிய பின்பும் கடற்கரை இருட்டாகவே காட்சியளித்தது. ஆறாத சிதைச் சாம்பல் நிறமுள்ள இருள். சிலைகள் வடிக்க உபயோகப்படுத்தும் களிமண் வாசம் மணக்கும் இருள். வாயில் நுரைதள்ளும் வெறிநாய்களின் விநோத முகத்தோற்றத்தைக் கொண்ட அரபிக்கடலோர மாகத் தன்னந்தனியே நடந்து அகலும்போது, நூற்றி ஐம்பது வருடப் பழமை வாய்ந்த அவ்வீடு அமைதியாக என்னை வழி அனுப்பியதா?

அத்தருணத்தில் அவ்வீடும் அதில் தூங்கிக்கொண்டிருந்த யார் மீதும் எனக்கு எந்த வித ஈடுபாடும் தோன்றவில்லை. என்னிடமே சொல்லிக்கொண்டேன். இதுவரை அனுபவித்த வாழ்க்கை ஒரு கனவு. யதார்த்தம் இந்த வெளியேற்றம் மட்டுமே. ஒருமுறை காதலித்த ஆண் மகனிடமிருந்து தாம்பத்தியம் என்னும் கண்ணியம் மிக்க சிறைக்கூடத்திலிருந்து இந்த வெளியேற்றம். என் விரல்களின் இறுக்கத்தை அசட்டை செய்து உடுத்திய வெள்ளைப் புடவையின் முந்தானை பாய்மரப் படகின் உப்பிய பாயைப் போல என் போக்கிற்கெதிரே அகங்காரத்துடன் எழுந்தது. சடசடக்கும் ஆர்ப்பரிப்புடன், ஒரு மேகப் பொதியின் லாவகத்துடன் தனிமையின் மேலங்கி என்னைச் சூழ்ந்தது. அதன் ஸ்பரிசம் இளமை தொட்டே எனக்குப் அறிமுகமான ஒன்றாக இருந்தது. கடற்காற்று வீசும் போதெல்லாம் என் கால்கள் தடுமாறி நண்டுகள் வலைதோண்டிய ஈரமண்ணில் புதைந்தன.

கடலின் குளிர்ச்சி என் கணுக்கால்களை உறையப் பண்ணிற்று. வாசலில் பறவைகளின் குரல் ஒலிக்கும்போது, வெயில் நடு முற்றத்தை வந்தடையும்போது நான் உதறித் தள்ளிய வீட்டில் இரு உயிர்ப் பிணங்கள் துயில் களைந்து கண்களை கசக்கி சுற்றி முற்றிப் பார்ப்பார்கள். என்னைத் தேடி ஒவ்வொரு அறையாக ஓடித் திரிவார்கள்...

நடுமுற்றத்தின் ஓரத்தில் அடுக்கப்பட்ட சிலைகள் வெயில் பட்டு உயிர் பெறும். முதுமை தட்டிய ஆணும் பதினேழு வயது இளம் பெண்ணும் சிலைகளாகச் சமைந்து போவார்கள்.

உடலுறவின் போதும் அவர்கள் சிலைகளாகவே இருப்பார்கள். பந்தயக் குதிரைகளின் விடைத்த நாசித் துவாரங்களை உடைய சிலைகள்.

கடலுக்குப் பிணங்களின் வாடையென்று சட்டென உணர்ந்தேன். காற்றுப்பட்டு என் கைகள் மரத்துவிடாமலிருக்க கைகளை வீசி, பறக்கத் தயாராகும் ஒரு பருந்தைப் போல முன்னோக்கி ஓடினேன். அக்கணம் சூரியன் உதிப்பதை வலது கடைக்கண்ணில் கண்டேன்.

(1989)